அந்தோனின் ஆர்த்தோ: ஒரு கிளர்ச்சிக்காரனின் உடல்
(நாடகம்)

அந்தோனின் ஆர்த்தோ: ஒரு கிளர்ச்சிக்காரனின் உடல்

(நாடகம்)

சாரு நிவேதிதா

எழுத்து பிரசுரம்

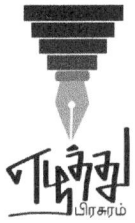

Title: Antonin Artaud - Oru Kilarchikkaranin Udal
Author's Name: Charu Nivedita
Copyright © Charu Nivedita
Published by Ezutthu Prachuram

All rights reserved. No part of this publication may be reproduced, stored in a retrieval system, or transmitted, in any form or by any means, electronic, mechanical, photocopying, recording, psychic, or otherwise, without the prior permission of the publishers.

Ezutthu Prachuram
(An imprint of Zero Degree Publishing)
No. 55(7), R Block, 6th Avenue,
Anna Nagar,
Chennai - 600 040

Website: www.zerodegreepublishing.com
E Mail id: zerodegreepublishing@gmail.com
Phone: 89250 61999

Ezutthu Prachuram First Edition: September 2023
ISBN: 978-93-90053-93-3
TITLE NO EP: 452

Rs. 120/-

Cover Art: Antonin Artaud
Cover Design & Layout: Vijayan, Creative Studio

அந்தோனின் ஆர்த்தோ:
தர்க்கத்துக்கு எதிரான கலையின் கூச்சல்

— ஜெயமோகன்

ஆர்த்தோவின் வாழ்வில் ஒரு வரலாற்று அபத்தம் நிகழ்ந்தது. பின்நவீனத்துவ ஃப்ராய்டியரான லக்கான் (Jacques Lacan) ஆர்த்தோவை மனநோயாளி என்றும், பொருளற்றவற்றை எழுதுபவர் என்றும் சொன்னார். இன்று ஆர்த்தோ மானுடத்தின் ஒரு குரல். இன்று கல்வித்துறையின் சில பழைய ஆசாமிகளுக்கு மட்டுமே லக்கான் முக்கியமானவர். நவீன நரம்பியலின் வருகைக்குப் பின் முற்றிலும் அர்த்தமற்ற சொற்றொடர்களின் குவியலாகவே லக்கான் பார்க்கப்படுகிறார்.

அறிவு காலாவதியாகும்போது சாஸ்வதமாக நின்றிருக்கும் இன்னொன்று உள்ளது. பித்தின் வழியாக மட்டுமே சென்றடையத்தக்க ஓர் இடம். அதைச் சொல்ல சாரு நிவேதிதாவின் இந்த நாடகத்தால் முடிந்துள்ளது. சாருவின் முக்கியமான படைப்புகளில் ஒன்று இந்த நாடகம்.

சாருவின் வழக்கமான ஆசிரியர் ஊடுருவல் கொண்ட 'மெட்டாஃபிக்ஷன்' பிரதிதான் இது. ஆனால் கூடுதலாக பலவகையான வரலாற்று ஊடுருவல்கள் உள்ளன. முக்கியமாக இந்நாடகத்தின் மையமென்பது வரலாறு, சிந்தனை, ஆன்மிகம் அனைத்திலும் பித்து எனும் அதீத நிலைக்கு இருக்கக்கூடிய இடம் பற்றிய ஒரு தரிசனம்.

தொன்மையான குகை ஓவியங்களில் மானுடனின் கலை வெளிப்பாடு உள்ளது. கலை வெளிப்பட்டு நீண்ட காலம் ஆன பின்னரே சிந்தனை வெளிப்பாடு தொடங்கியது. கலையை விளக்கும் பொருட்டே சிந்தனை உருவானது என்றுகூட சொல்லலாம். அந்த ஓவியங்களை ஆராய்பவர்கள் காளான்கள், சிலவகை பூஞ்சைகள், சிலவகை மூலிகைகள் அளித்த போதையின் வழியாக அடையப்பட்ட நிலையில் அவை உருவாகியிருக்கலாம் என்கிறார்கள்.

தொன்மையான குகை ஓவியங்கள் அனைத்திலுமுள்ளவன் 'வெறியாட்டு' ஆடும் பூசாரி. அவனே தொன்மையான கலைஞன், சிந்தனையாளன், மந்திரவாதி, சூனியக்காரன், ஓவியன், பாடகன், நடனக்கலைஞன், கவிஞன் எல்லாமானவன். அவனிடமிருந்தே எல்லாம் தொடங்கின. அவனே வேதங்களை எழுதினான். சோம சுரா பானங்களே வேதங்களை உருவாக்கின. தொல்வேதங்கள் அனைத்துமே பித்து கொண்டவை.

ஆர்த்தோ அவர்களில் ஒருவர். அந்தத் தொல்பூசாரியின் வம்சம். தொல்பூசாரிகள் தெய்வமென கொண்டாடப்பட்டனர். அவர்களின் உடலுருவமே பின்னாளில் தெய்வ உருவம் ஆகியது. பித்தின் வடிவான நிலவு சூடி, பித்தின் வடிவான எருக்குமாலை அணிந்து, யோகமும் பித்தும் ஒன்றேயான யோகேஸ்வரனாகியது. பிஞ்ஞகன் பித்தன் என பண்டையோர் கொண்டாடி வணங்கினர். எந்தப் புள்ளியில் அந்த ஞானியாகிய பிஞ்ஞகன் வதைக்கவேண்டிய, ஒழிக்கவேண்டிய ஒருவனாக ஆனான்? எப்போது அவனுக்கெதிராக மொத்த சமூகமும் மாறியது? அது அரிஸ்டாட்டிலிய யதார்த்தவாதம் தொடங்கும்போதே தொடங்கிவிட்டது. மெல்ல மெல்ல ஓங்கி ஐரோப்பிய

மறுமலர்ச்சியின் மாபெரும் தர்க்கப் பேரலையின்போது சமூகப் பொதுநியதியாக வேரூன்றியது. அந்த சமூகப் பொதுநியதியே ஆர்த்தோவை சித்திரவதை செய்கிறது.

கொடிய காட்சிகள் வழியாகச் செல்லும் நாடகத்தில் ஐரோப்பாவின் அந்த தர்க்க சிந்தனையின் நூறு நூறு கைகள் எழுந்து ஆர்த்தோவை வதைப்பதன் சித்திரத்தை அளித்திருக்கிறார் சாரு. ஊடே ஊடுருவும் தொல்குடியின் பாடகன் ஆர்த்தோ எவர் எனச் சுட்டுகிறான். அதை நாடக இறுதியில் நாடக ஆசிரியனும் வேறொரு வகையில் சொல்கிறான்.

ஐரோப்பாவில் சமூகத்தை ஒரு மிகச்சரியான இயந்திரமாக ஆக்கிவைத்திருக்கிறார்கள். பித்து என்பது மேகம். மேகத்தின் வடிவ மாற்றத்தை, அதன் பாதையை இயந்திரம் பின் தொடரவே முடியாது. முன்பொருமுறை நீண்ட காலம் ஓடாத ஓர் இயந்திரத்தின்மேல் ஒரு மலர்க்கொடி படர்ந்திருப்பதைக் கண்டேன். அந்த இயந்திரம் எப்படி ஓடினாலும் அந்தக் கொடி அழிவது உறுதி. அவை இசைந்துபோகவே முடியாதென எண்ணினேன்.

வரலாறு என்பதே தர்க்கம் என்பது பித்தின்மீது தொடுத்த போரும், அறுதியாக அதை அழித்தொழித்ததும்தானா என்ற வினாவுடன் வந்து நின்றிருக்கிறது இந்த நாடகப்பிரதி. காலந்தோறும் வேட்டையாடி அழிக்கப்பட்ட எல்லா பழங்குடிகளும், எல்லா மெய்ஞான மரபுகளும் தர்க்கபுத்தி என்ற பெரும் பூதம் கேட்கும் கேள்விகளுக்குப் பதில் சொல்ல முடியாதவைதான். இன்று ஐரோப்பா டாலியை, ஆர்த்தோவை, வான்கோவைக் கொண்டாடுகிறது. ஏனென்றால், அவர்கள் அந்தப் பித்தர்கள் மறைந்தபின் கொஞ்சம் கொஞ்சமாக அவர்களை தர்க்கபூர்வமாக விளக்கிவிட்டார்கள். கல்வித்துறைக்குக் கொண்டுசென்றுவிட்டார்கள். கொள்கைகளும் கோட்பாடுகளும் உருவாகிவிட்டன. அதுவரை மூளையில் மின்னதிர்ச்சிதான் அளிக்கப்படும்.

இன்றைய நூற்றாண்டில் உலகமே ஒன்றாகிவிட்டிருக்கிறது. உலகத்தின் எல்லா இடங்களிலும் ஐரோப்பாவின் வெல்ல

முடியாத மாபெரும் தர்க்கபுத்தி கொடூரமான டிராகன் போல சுற்றிச் சுற்றிப் படர்ந்து அனல் உமிழும் நாவும், எரியும் விழிகளுமாக நிலைகொண்டுள்ளது. கலை, இலக்கியம், ஆன்மிகம் என எல்லா பித்துகளிடமும் அது நூற்றொரு கேள்வி கேட்கிறது. ஒரு கேள்விக்கு பதில் பிழையானாலும் தூக்கிக் காளவாயில் எறிகிறது. தர்க்கத்தின் இரும்பு யுகம். அதனுள் ஊடுருவும் ஒரு பித்தின் குரலாக தன்னைத்தானே பலவாறாக சிதைத்துக்கொண்ட பித்து வடிவுடன் இந்நாடகம் அமைந்துள்ளது.

நடராஜ குரு 1970களில் அமெரிக்காவில் ஹிப்பிகளிடம் மட்டுமே ஆன்மிகம் பேசமுடியும் எனக் கண்டடைந்தார். அவர்களுடனேயே வாழ்ந்தார். நித்ய சைதன்ய யதியை ஹிப்பிகளுடன் வாழும்படி பணித்தார். அமெரிக்காவின் இரும்புத் தர்க்கத்திற்கு எதிரான குறுகிய காலக் கலகம் ஹிப்பி இயக்கம். ஆனால் அதன்பின் அப்படியொன்று நிகழவில்லை. உலகம் தொழில்நுட்பத்தின் முன் தலைவணங்கியது. முன்னாள் ஹிப்பி உருவாக்கிய ஆப்பிள் நிறுவனம் அதற்குக் கண்கூடான சான்று. தொழில்நுட்பம் என்பது தர்க்கத்தின் பருவடிவம்.

இன்றும் ஒரு எதிர்க்குரலாக பித்துக்கான ஓர் அறைகூவல் கலையில் இருந்து எழுந்துகொண்டிருக்கிறது. Nonsenseஐப் பேசுவதற்கான உரிமையே கலைஞன் கோரும் முதல் சுதந்திரம் என்று நான் எண்ணுவதுண்டு. அரசியல் சரிநிலைகள், விரிவான அலசல்கள், ஆய்வுகள் ஆகியவை அளிக்கும் மூளைச்சலிப்பைக் காண்கையில் முற்றிலும் அர்த்தமில்லாமல் கூச்சலிட வேண்டும் என்று தோன்றுவதுண்டு. இந்நாடகம் வழியாக ஆர்த்தோவில் அந்த மனநிலையைக் கண்டடைந்தேன். அவருடைய இடத்தில் தன்னைப் படுக்க வைத்து இந்த யுகத்தின் வதையை வாங்கிக்கொள்ள ஒவ்வொரு கலையுள்ளம் கொண்டவனையும் இந்நாடகம் அழைக்கிறது.

வாழ்த்துக்கள்...

16.7.2023.

ஆற்றுகைப் பனுவல் என்னும் தேர்ச்சி

— அ. ராமசாமி

Antonin Artaud: The Insurgent, A Play By Charu Nivedita (in Tamil) என ஆங்கிலத்தில் தலைப்பிட்டுள்ள சாரு நிவேதிதாவின் நாடகப்பனுவல் வாசிக்கக் கிடைத்தது. ஆங்கிலத்தில் வைத்துள்ள இந்தத் தலைப்பை 'அந்தோனின் ஆர்த்தோ: ஒரு கிளர்ச்சிக்காரனின் உடல்' எனத் தமிழாக்கிக் கொண்டேன். அப்பனுவல் நாடக எழுத்தாளர் ஒருவரின் எழுத்துப் பனுவலாக இல்லாமல், 'நிகழ்த்தவிருக்கும் அரங்கை' மனதில் கொண்டு முழுமையான ஆற்றுகைப் பனுவலாக -டைரக்டோரியல் ஸ்கிரிடாக - எழுதப் பெற்றிருக்கிறது என்பது முதல் வாசிப்பிலேயே தோன்றியது. பனுவலை மேடையேற்றத் தயாராகும் இயக்குநர், சாரு தந்துள்ள குறிப்புகளைப் பின்பற்றிக் காட்சிக் கோர்வைகளையும் இசைப் பின்னணி, ஒளிமையமைப்பு போன்றவற்றையும் செய்தால் போதும். பார்வையாளர்களுக்கு முழுமையான - கொண்டாட்டமான நிகழ்வைப் பார்த்த நிறைவைத் தந்துவிடும் அத்தனைக் குறிப்புகளையும் பனுவல் தனக்குள் கொண்டிருக்கிறது.

கவிதை, கதை ஆகிய இரண்டும் அதன் நுகர்வோரான வாசகர்களிடத்தில் தனியாக - அந்தரங்கமாக உறவுகொள்ளும் தொடர்பியலைக் கொண்டவை. ஆனால் நாடக எழுத்து அதன் நுகர்வோரான பார்வையாளரிடம் நேரடியாகத் தொடர்பு கொள்வதில்லை. ஆசிரியர் - இயக்குநர் - நடிகர் - பார்வையாளர் என்பதான தொடர்புச் சங்கிலியில் இயங்கும் மொழி அதன் மொழி. இதனாலேயே நாடகத்தில் படைப்பனுபவம் சார்ந்து ஒற்றை மையம் செயல்படுவதில்லை. ஆசிரிய மைய நாடக எழுத்துக்கள், இயக்குநர் மைய நாடக மேடையேற்றங்கள் என்ற சொல்லாடல்களை இப்படித்தான் புரிந்துகொள்ள முடியும்.

தேர்ந்த ஒரு நாடக எழுத்தாளர் தனது படைப்பின் ஆளுமைத் திறனால் எல்லா மேடையேற்றங்களிலும் அவரது நாடகமாகவே வெளிப்படுத்திக்கொண்டும், அறியப்பட்டும், பேசப்பட்டும் வருவதை இங்கே நினைவுபடுத்திக் கொள்ளலாம். அவ்வகை நாடகங்களை இயக்குபவர்கள், படைப்பாக்க இயக்குநர் என்பதாக அறியப்படாமல், தேர்ந்த தொழில்நுட்பப் பணியாளராக (Technocrat) மட்டும் அறியப்படுவார்கள். இன்றளவும் உலக அளவில் சேக்ஸ்பியர், மோலியர், ஹென்றிக் இப்சன், ஆண்டன் செகாவ், பிராண்டெல்லோ போன்ற நல்திறக் கட்டமைப்பு நாடகாசிரியர்களின் நாடகங்கள் அவர்களின் நாடகங்களாகவே மேடையேற்றத்திலும் அறியப்படுகின்றன. இதற்கு மாறாக கிரேக்கத் தொன்மங்களை நாடகப் பனுவல்களாக்கிய பனுவல்களும் சம்ஸ்க்ருதத் தொன்மங்களை நாடகப் பனுவல்களாக்கிய காளிதாசன், பாசன் போன்றவர்களின் நாடகங்களும் இயக்குநர்களின் நாடகங்களாக மேடையேற்றத்தின்போது மாற்றம் பெற்றுவிடுகின்றன. இயக்குநர்கள் தங்களின் மறுவிளக்கத்தின் மூலம் அதனைச் செய்கின்றனர்.

இயக்குநரின் மறுவிளக்கத்திற்கு வாய்ப்பளிக்கும் பனுவல்கள் எழுதப்பெற்ற காலத்திற்குப் பொருத்தமாக வெளிப்பட்டிருக்கும். அதே நேரம் அதன் கட்டமைப்பு, வெளிப்படுத்தும் நல்நோக்கம் அல்லது தீவிர விசாரணை காரணமாக வெவ்வேறு காலகட்டத்திற்கும் கொண்டுபோக வேண்டியன என

உணரப்படும். அப்படி உணரப்படும் நிலையில் அப்பனுவல் மீது இயக்குநர்கள் தங்களின் மறுவிளக்கத்தை மேற்கொள்கிறார்கள். ஆனால் மறுவிளக்கத்திற்கு வாய்ப்பளிக்காத பனுவல்கள் எல்லாக் காலத்திற்கும் பொருத்தமான செய்திகளை அல்லது விசாரணையைக் கொண்டனவாக இருக்கும். அதனைத் திரும்பத்திரும்ப எழுதப்பெற்ற நிலையிலேயே மேடையேற்றிக்கொண்டிருக்கலாம். மேடையேற்றும் தேவையில்லாதபோது அப்பனுவல்கள் கைவிடப்பட வேண்டிய பனுவல்களாக ஆகிவிடும். இருவகை நாடகப்பனுவல்களில் ஒன்றுதான் மேன்மையானது என்று சொல்வதற்கில்லை. இருவகைப் பனுவல்களுக்குமே அவற்றுக்கான பெறுமதிகளும், குறைபாடுகளும் உள்ளன.

பொதுவாகக் கதைத்தன்மை கொண்ட நாடகப்பனுவல்களை எழுதும் நாடகாசிரியர்கள் அங்கம், காட்சி, உரையாடல் என்ற மூன்றையும் நல்ல ஓர்மையுடன் - கவனமாக எழுதிக் கொடுத்துவிட்டு ஒதுங்கிக் கொள்வர். அவ்வகைப் பனுவல்களை மேடையேற்றும்போது இயக்குநர் தனது விருப்பம்போல ஆற்றுகைப் பிரதியை உருவாக்கிக்கொள்ளலாம். ஒரு காட்சிக்கான காலம், வெளி, அரங்க அமைப்பு, நடிகர்கள் பயன்படுத்தும் கைப்பொருட்கள், உடை, ஒப்பனை போன்ற அனைத்திலும் இயக்குநரின் விருப்பமே செயல்படும். அதனால் அவ்வகைப் பனுவல்கள் முழுமையாக இயக்குநரின் பனுவலாக மாறி, ஒவ்வொரு மேடையேற்றத்திலும் ஒவ்வொரு நிகழ்த்துதலாக வெளிப்படும் வாய்ப்பு ஏற்படும். இயக்குநருக்கு முழு வாய்ப்பை அளிக்கும் இவ்வகை நாடகப்பனுவலில் நாடக எழுத்தாளனின் தனித்தன்மையும், மைய நோக்கமும் சிதைக்கப்படும் ஆபத்துகளும் வாய்ப்புகளும் உண்டு. ஆனால் அங்கம், காட்சி என்ற புற ஒழுங்கைப் பின்பற்றினாலும் உரையாடலில் உள் முரண்களைக் கொண்ட கவித்துவத் தன்மையைக் கொண்டிருக்கும் பனுவலில் இயக்குநரின் பங்கு முன்பே சொன்னதுபோல ஒரு தொழில்நுட்பக்காரரின் வேலையாக மட்டுமே இருக்கும். சாரு நிவேதிதா எழுதி முடித்துள்ள ‘அந்தோனின் ஆர்த்தோ: ஒரு கிளர்ச்சிக்காரனின் உடல்’ என்னும் நாடகப்பனுவல்

முழுமையான ஆற்றுகைப்பிரதியாக இருப்பதால், எம்மொழியில் மேடையேற்றினாலும், எந்த நாட்டில் மேடையேறினாலும் சாருவின் நாடகமாகவே அறியப்படும்.

நாடக இலக்கியத்தின் உள்ளார்ந்த முரணை ஒவ்வொரு அங்கத்திலும் உருவாக்கிக் காட்சிகளில் வளர்த்தெடுத்துள்ளது இந்த நாடகப்பனுவல். அரிஸ்டாடிலிய நற்கட்டமைப்பு அமைப்பியலுக்கு மாறாக உள்ளார்ந்த தர்க்க முரண்களை எழுப்பிக்கொண்டே இருப்பன நவீனத்துவக்குப் பின்னான நாடகப்பிரதிகள். அயனெஸ்கோ, பெக்கெட் போன்றவர்களின் நாடகப்பனுவல்களில் ஒவ்வொரு அங்கமும் காட்சியுமே தனியொரு நிகழ்த்துதலுக்கான பனுவல்களாகவே இருக்கும். சாருவின் இந்த நாடகமும் அந்த வரிசையில் இணைந்துள்ளது.

பெரும்போக்கு நடைமுறைகளுக்கு எதிராக - மாற்றாகச் சிந்தித்த கலைஞன்/ சிந்தனையாளன் அந்தோனின் அர்த்தோவின் வரலாற்றை முன்வைப்பதாக எழுதப் பெற்றுள்ள நாடகம், வதைக்கப்பட்ட ஓர் உடலையே வரலாறாக முன்வைக்கிறது. அமைப்புகளும் அரசுகளும் உருவாக்கும் சட்டங்கள், விதிகள், நம்பிக்கைகள் எல்லாம் சேர்ந்து அவற்றை ஏற்காத உடல்கள் மீது செலுத்திய வன்முறையைக் காட்சிகளாக மட்டுமில்லாமல், அக்காட்சிகளுக்கான விவாதங்களையும் நாடகத்தின் உரையாடல்கள் கொண்டிருக்கின்றன.

நவீனத்துவத்தை உள்வாங்கிய நாடகப்பனுவல்கள் பாத்திரங்களுக்குள் நடக்கும் உரையாடல்களைப் பார்வையாளர்களோடு நடத்தும் விவாதமாக மாற்றும் வாய்ப்புகளைத் தவறவிடுவதில்லை. தனது புனைகதைகளிலேயே அதனை உருவாக்கும் எழுத்துமுறைக்காரர் சாரு நிவேதிதா. நாடகப்பனுவலில் அதனைக் கச்சிதமாகச் செய்து பார்வையாளர்கள்/ வாசிப்பவர்களின் மனத்திற்குள் - சிந்தனைத் தளத்திற்குள் நுழைந்துள்ளார். இந்திய நாடக மரபிலும் சேக்ஸ்பியரின் நாடகங்களிலும் கோமாளி அல்லது விதூஷகனின் இடம் பன்முகத்தன்மை கொண்டது. இந்நாடகத்தில் வரும் கோமாளியின் பாத்திரம் அடையும் மாற்றமும் அவ்வகையான

மாற்றங்களைக் கொண்ட - குறிப்பிடப்பட வேண்டிய ஒன்றாக வடிவம் பெற்றுள்ளது.

நாடக எழுத்திலும், அரங்கியல் பார்வையிலும் மேலைத்தேய மரபையும் கீழ்த்திசை மரபையும் கற்றுத்தேர்ந்த ஒருவரின் நாடகப்பனுவலை வாசித்த அனுபவத்தைத் தந்த இந்நாடகம், தமிழில் எழுதப்பெற்றிருக்கிறது என்பதில் மகிழ்ச்சி. அதே நேரம், நிலவியல் அடையாளங்களான நாடு, மாநிலம், மொழி போன்றவற்றைக் கடந்த ஒரு பனுவலாக இருக்கிறது என்பதையும் சொல்ல வேண்டும். உலகின் எந்த அரங்கிலும் எந்தமொழியிலும் மேடையேற்றலாம். தமிழில் சோதனை செய்து பார்க்கும் வாய்ப்புகள் இல்லை.

Dear Charu,

Sorry for the late reply.

Was re-reading the play and ruminating over the text for the past few days.

The impact of your text is quite stunning and bursting forth like magma in my consciousness.

Having watched Peter Weiss' cum Peter Brooks' film version of the stage play MARAT/SADE before at the film society in 1978, your text opens up a new universe of Theatre of Cruelty.

The pleasure of the text is fascinating as it carries a new vista to Theatre of Cruelty from a non-French mind.

Especially, one submerged in a cultural unconscious of the Indian psyche embellished with tantric spiritualism and aesthetics.

I might be reading too much intellectually in the text but it is unavoidable due to your skilful writing and construct of the grotesque scenes.

There is no outright or obvious element of projecting a conflict or denouement as conventional playwrights do.

The text is a bombardment of bizarre cerebral visuals.

This is not a play for the Tamil philistines.

It ought to be staged in English, French and other non-Tamil languages.

The text can transform into a sensational performance-text in the hands of a potent theatre director.

But I have to concur with Araathu on his point of the overwhelming flow of prose in your text and less exposure given on exploring Artaud as a character.

This could be attributed to your critical persona as an established post-post modern and transgressive fictionist in Tamil.

The playwright must be prepared to see the director identify and discard much of the text for staging although there is the use of Artaudian visual poetry- the use of mime, gesture, physical theatre and dance to communicate rather than the use of simple words in your text.

Artaud himself, would not like to view this as a textual play.

I find the walking stick of Jesus as an important metaphor in the text. You could explore and create more visually engrossing scenes using the stick.

The stick pokes fun, annoys the establishment's social order of puritanical and prudish perspectives of human existence and hypocritical culture.

The stick could line up the priests, policemen, doctor and sodomize them with electrical shock.

Artaud is actually doing that in the play.

Maybe the chorus could use much of the textual narrative in a discordant Greek theatre singing style, but one that shatters the conventional expectation of the audience.

The clown, the blacks with white spots, and etcetera still keep ringing in my brain.

More revelations about Artaud with less textual delivery would definitely validate this play as a fiery flamethrower in contemporary Tamil literature.

Congratulations and thank you for granting me the opportunity to read this unusual text from you.

Elangovan (Agni Koothu)
Singapore.

இயக்குனருக்கான குறிப்பு:

வசனங்கள் நீளமாக இருக்கும் இடங்களில் நடிகர்கள் இடைவெளி விட்டும், த்வனியை மாற்றியும் பேசலாம். இடையில் இசையையும் கோரஸையும் புகுத்தலாம். அந்தோனின் ஆர்த்தோ எழுதிய To have done with the judgement of god என்ற வானொலி நாடகத்தில் ஆர்த்தோவின் குரலைக் கேட்க முடியும். *My Days and Life with Antonin Artaud* என்ற திரைப்படத்தையும் பார்க்கலாம். ஆனால் அதில் வரும் ஆர்த்தோ இந்த நாடகத்தின் ஆர்த்தோவை பாதிப்பதாக இருக்கக் கூடாது. படத்தில் வரும் நடிகர் முழுமையாக நிஜ ஆர்த்தோவைப் போலவே நடித்திருக்கிறார். அதையே நாடகத்தில் பின்பற்றினால் செய்ததையே செய்தது போல் ஆகி விடும். கோமாளியைத் தவிர மற்ற நடிகர்கள் stylized actingஐப் பின்பற்றாமல் ஓரளவு schizophrenicஆக இருந்தால் நலம். உதாரணமாக, செவ்வியல் நாடகங்களில் Euripidesஇன் மெடியாவையும், நவீன நாடகத்தில் பீட்டர் வெய்ஸின் Marat/Sade (இயக்கம்: பீட்டர் ப்ரூக்ஸ்) நாடகத்தையும் முன்னுதாரணங்களாகக் கொள்ளலாம்.

நாடகத்தின் இசை சில இடங்களில் Heavy metal இசையாகவும், சில இடங்களில் தாராஉமாரா இனக்குழுவின் இசையாகவும் இருக்க வேண்டும்.

அங்கம் 1

காட்சி 1

மேடையில் இருள். பின்னணியில் நாய்கள் சண்டையிட்டுக் கொள்ளும் குரூரமான சப்தம். சப்தம் இரண்டு நிமிடங்கள் தொடர்ந்த பிறகு கடைசியில் ஒரு நாய் தனியாக ஊளையிடுகிறது.

காட்சி 2

இருள்.

பின்னணியிலிருந்து குரல்:

ஜனவரி 1936இல் அந்த்தோனின் ஆர்த்தோ மெக்ஸிகோ கிளம்புகிறார். கிட்டத்தட்ட பதினோரு மாதங்களுக்குப் பிறகு பாரிஸ் திரும்பும் ஆர்த்தோ அடுத்த ஆண்டு ஆகஸ்டில் அயர்லாந்து புறப்படுகிறார். தற்செயலாக அவருக்குக் கிடைத்த புனித பாத்ரிக்கின் கழியை அதற்கு உரிய இடமான டப்ளினில் உள்ள கிறிஸ்து தேவாலயத்தில் சேர்த்து விட வேண்டும் என்பதே அந்தப் பயணத்தின் நோக்கமாக இருந்தது. அதன் பொருட்டு ஆர்த்தோ பாரிஸில் உள்ள அயர்லாந்துத் தூதரகத்திலிருந்து ஒரு கடிதமும் வாங்கிக் கொண்டிருந்தார். அவர்களுக்கு ஆர்த்தோ சொன்ன விஷயங்கள் புரியவில்லை என்றாலும், கடிதம் கொடுத்து விட்டார்கள்.

அந்த அயர்லாந்துப் பயணமே ஆர்த்தோவின் அடுத்த ஒன்பது ஆண்டுகளின் வாழ்க்கையைத் தீர்மானித்த நகைமுரண் நிகழ்வாகிவிட்டது.

இப்போதைய காட்சி டப்ளின் நகரின் புறநகர்ப் பகுதியான மில்ட்டௌனில் ஒரு தெருமுனையில் நடக்கிறது.

அங்கம் 2

காட்சி 1

(ஆர்த்தோ நடக்கும்போது கைகளை ஆட்டாமலும், விரல்களை ஓரளவு அகற்றியும் வைத்திருக்கிறார்.)

ஆர்த்தோ: *(தன் கையிலுள்ள கோலைக் காண்பித்து)* இந்தக் கோல் சாதாரண கம்பு அல்ல. இது ஒரு மந்திரக் கோல். யேசு கிறிஸ்து வைத்திருந்த இந்தக் கோலால்தான் அவர் சைத்தான்களை விரட்டி அடித்தார். பிறகு வழிவழியாக இது உங்கள் தேசத்தின் திருத்தூதரான புனித பாத்ரிக்கிடம் வந்து சேர்ந்தது. இதைக் கொண்டுதான் அவர் இந்த தேசத்தின் சைத்தான்களை விரட்டினார். இயேசு கிறிஸ்துவின் குருதி படிந்த இந்தக் கோலில் என்னுடைய குருதியும் படியப் போவதாக எனக்குத் தோன்றுகிறது. *(பயபக்தியுடன் அந்தக் கோலை எடுத்து அதன் வளைந்த பகுதியில் மென்மையாக முத்தமிடுகிறார்.)*

அப்போது சாலையின் எதிரே நின்று கொண்டிருக்கும் ஒரு குள்ளன் அவரையே முறைத்துப் பார்த்துக் கொண்டிருக்கிறான். அவனைக் கண்டு திடுக்கிடும் ஆர்த்தோ அவனைப் பார்த்து ஏதோ பேச முற்படுகிறார்.

அப்போது அந்த வழியே வரும் மூன்று பாதிரிகள் ஆர்த்தோவையும் அவரது கோலையும் வியப்புடன் பார்க்கிறார்கள்.

பாதிரி 1: உமக்கு என்ன பைத்தியமா? யாரை ஏமாற்றப் பார்க்கிறீர்? *(இன்னொரு பாதிரியை நோக்கி)* இதுபோல் இந்தக் காலத்தில் நிறைய ஏமாற்றுப் பேர்வழிகள் திரிந்து கொண்டிருக்கிறார்கள். ஒரு கம்பைக் காண்பித்து மக்களை ஏமாற்றிப் பணம் பறிப்பதற்காக இப்படி ஒரு கூட்டமே கிளம்பியிருக்கிறது.

ஆர்த்தோ: நானா ஏமாற்றுப் பேர்வழி? நீங்கள்தான் ஏமாற்றுப் பேர்வழிகள். இயேசுவின் பெயரைச் சொல்லி ஏமாற்றிக் கொண்டிருக்கிறீர்கள். நான் தாராஉமாராவின் குருமார்களிடம் ஞானம் பெற்றவன். நான் நினைத்தால் இந்தக் கோலைக் கொண்டே உங்களைப் பன்றிகளாக மாற்றி விட முடியும். செய்து காண்பிக்கட்டுமா?

பாதிரி 2: ஏய், பொய் சொல்லுவதற்கும் ஏமாற்றுவதற்கும் ஒரு அளவு இல்லையா? இந்தக் கம்பை எந்த மரத்திலிருந்து உடைத்துக் கொண்டு வந்தாய்?

ஆர்த்தோ: இயேசுவின் பெயரைச் சொல்லி பிழைத்துக் கொண்டிருக்கும் வியாபாரிகளே, உங்களை நான் சும்மா விட மாட்டேன்... *(கம்பை ஓங்குகிறார்.)*

பயந்து பின்வாங்கும் பாதிரிகள் அந்த வழியாக சென்று கொண்டிருந்த இரண்டு போலீஸ்காரர்களை அழைக்கிறார்கள்.

போலீஸ்: யார் நீர்? உமது அடையாள அட்டை எங்கே?

ஆர்த்தோ: *(கோலைத் தூக்கித் தூக்கிக் காட்டிப் பேசுகிறார்)* மனிதனின் அடையாளம் ஒரு அட்டையிலா இருக்கிறது? உங்களுக்கெல்லாம் புத்தி பேதலித்து விட்டதா? சிகுரி என்றால் என்னவென்று தெரியுமா உங்களுக்கு? சிகுரியிலிருந்தே நீங்களும் நானும் இந்த இரண்டு பாதிரிகளும் அதோ நின்று கொண்டிருக்கிறதே அந்தக் குள்ளச் சாத்தானும் சிருஷ்டிக்கப்பட்டோம். ஆனால் இன்று எல்லாமே தலைகீழாகி

விட்டது. சாத்தான்கள் தங்களைக் கடவுளின் சேவகர்களாக சொல்லிக் கொண்டு திரிகிறார்கள். *(நாடக பாணியில்)* ஓ, காவலாளிகளே! எல்லையற்ற அண்ட சராசரத்தில் இருந்த சூன்யத்திலிருந்து நம்மையெல்லாம் பௌதிக இருப்பாக உருவாக்கிய சிகுரியின் ஒரு குறியீடுதான் இந்த மந்திரக் கோல் என்பதை நான் உங்களுக்கு எந்த அடையாள அட்டையின் மூலம் விளக்குவது?

போலீஸ் 1: அடையாள அட்டையைக் கேட்டால் எங்களுக்குப் புரியாதபடி என்னய்யா உளறுகிறீர்? *(இன்னொரு போலீஸை நோக்கி)* இவன் என்ன பைத்தியக்காரனா? ஏதேனும் மனநோய் விடுதியிலிருந்து தப்பி வந்து விட்டானோ?

போலீஸ் 2: ஏய், நீ மனநிலை சரியில்லாதவன் என்று நினைக்கிறேன். இங்கே இப்படித் தெருவில் நின்று கொண்டு ரகளை செய்தாயானால் உன்னை உள்ளே தள்ளி விடுவோம். இங்கிருந்து ஓடி விடு.

ஏதோ தனக்குள் முணுமுணுத்தபடியும், கோலை சூரியனை நோக்கிக் காண்பித்தபடியும் அங்கிருந்து நகர்கிறார் ஆர்த்தோ.

ஒரு பாதிரி இன்னொரு பாதிரியிடம்: பாருங்கள், உலகம் பேரழிவை நோக்கிப் போய்க் கொண்டிருக்கிறது என்பதற்கு இதெல்லாம்தான் அடையாளம்...

காட்சி 2

முந்தின காட்சியில் பார்த்த அதே பாதிரிகள் உணவருந்தியபடியே உரையாடுகிறார்கள். மேஜையில் பழத்தட்டுகள். சாப்பாட்டுப் பாத்திரங்கள். பின்னணியில் சீரான இடைவெளியில் டங் டங் என்ற சப்தம் கேட்டுக் கொண்டிருக்கிறது.

பாதிரி 1: ஃபாதர், நாம் சாலையில் பார்த்த அந்தப் பைத்தியக்காரனின் கையிலிருந்த கோலையும் அவன் பேசியதையும் பற்றியே மனம் யோசித்துக் கொண்டிருக்கிறது... (Pause)

போலியான திருச்சின்னங்களால் (Fake relics) திருச்சபையில் நடந்த ஊழல்கள் குறித்து நீங்கள் வாசித்திருக்கிறீர்கள்தானே?

பாதிரி 2: ஏதோ கொஞ்சம் வாசித்திருக்கிறேன் ஃபாதர், சக்ரவர்த்தி ஷார்ல்மான்ய (Charlemagne) காலத்தில் எல்லா தேவாலயங்களிலும் ஏதோ ஒரு திருச்சின்னம் இருக்க வேண்டும் என்ற உத்தரவு பிறப்பிக்கப்பட்டது அல்லவா?

பாதிரி 1: ஆமாம், அந்த அரசாணையால் விசுவாசிகள் திருச்சின்னங்களைத் தேடியலைந்தார்கள். அதன் காரணமாக திருச்சின்னங்களுக்கு சந்தை உருவாவதை அறிந்த சில வியாபாரிகள் தங்களிடமிருந்த புனிதர்களின் திருச்சின்னங்களை அதிக விலைக்கு விற்க ஆரம்பித்தார்கள். அதற்குப் பிறகே போலித் திருச்சின்னங்கள் புழக்கத்திற்கு வந்தன. எங்கோ

எப்போதோ எப்படியோ இறந்த விலங்குகளுடைய எலும்புகளின் சிறு துண்டு ரோமை மறைசாட்சியின் எலும்புத் துண்டு என்று விற்கப்பட்டதும் நடக்கத்தானே செய்தது? குருட்டு விசுவாசிகளும் அதை உண்மையென்று நம்பி வழிபடத் தொடங்கினார்கள். இப்படி போலி விற்பனைக்காக கல்லறைகளிலிருந்து எலும்புக்கூடுகளும், சமயங்களில் பிணங்களும் திருடப்பட்டு கொள்ளை லாபத்துக்கு விற்கப்பட்ட கதையெல்லாம் நமக்குத் தெரியும்தானே?

பாதிரி 2: *(சிரித்தபடி)* ஒரு சமயம் ஏதோ ஒரு பறவையின் இறகை வானதூதரின் சிறகு என்று விற்றதாகக் கூடக் கேள்விப்பட்டிருக்கிறேன்.

பாதிரி 1: அது மட்டுமா? இறந்து போன ஒரு குழந்தையின் எலும்புக்கூட்டை குழந்தை யேசுவின் *(Infant Jesus of Prague)* எலும்புக்கூடு என்று விற்றிருக்கிறார்களே பாவிகள்?

பாதிரி 2: குழந்தை யேசுவின் எலும்புக்கூடா!? *(இருவரும் சத்தமாக சிரிக்கிறார்கள்)*

பாதிரி 2: ஆனால் ஃபாதர்... தொடக்க காலத் திருச்சபையில் திருச்சின்னங்களை வந்தித்து வந்திருப்பதற்கான சான்றுகள் நம்மிடம் இருக்கிறதே...

பாதிரி 1: உண்மைதான்... நான் எதிர்ப்பது நாம் சாலையில் பார்த்த பைத்தியக்காரனைப் போன்றவர்களைத்தான். திருச்சின்னங்களை வணங்குவது இன்று நேற்று நம்மிடம் வந்ததல்ல. நம் முன்னோர்கள் ஆபிரகாமும் ஈசாக்கும் யாக்கோபும் செய்து வந்ததுதான். யாக்கோபு தனக்குக் காட்சி கொடுத்த கடவுளின் நினைவாக ஒரு கல்லை, தான் காட்சி கண்ட இடத்தில் பிரதிஷ்டை செய்து அதை எண்ணெயால் அபிஷேகித்ததை நாம் பழைய ஏற்பாட்டில் படித்திருக்கிறோமே? அங்கே முன்னிலைப்படுத்தப்பட்டது கடவுளின் நினைவு தானேயொழிய அபிஷேகிக்கப்பட்ட கல் அல்லவே?

பாதிரி 2: நீங்கள் சொல்வது சரிதான் ஃபாதர். *(Pause)* அந்தப் பைத்தியக்காரன் கையில் வைத்திருக்கும் இயேசுவின் கோல் உண்மையானதாக இருக்க ஏதாவது சாத்தியம் இருக்கிறதா?

பாதிரி 1: *ஃபாதர்... நாம் அயர்லாந்தவர்கள்! எரின் கோ ப்ரா! (Erin go Bragh!)*

பாதிரி 2: *எரின் கோ ப்ரா!*

பாதிரி 1: *நம்மிடம் இம்மாதிரி எத்தனை கட்டுக்கதைகள் இருக்கிறது என்று உங்களுக்குத் தெரியாதா?*

பாதிரி 2: *நம் விசுவாசத்தின் தந்தையான புனித பேட்ரிக் அயர்லாந்திலிருந்த அத்தனை பாம்புகளையும் தன் கோலால் துரத்திவிட்டார் என்பதையும் கதை என்கிறீர்களா, என்ன?*

பாதிரி 1: *ஆமாம்! ஆனால் அந்தக் கதை ஒரு குறியீடு. புனித பேட்ரிக் நம் தேசத்துக்கு வருவதற்கு முன்னே இங்கே இருந்த மதம் மக்களுக்கு அச்சத்தை ஊட்டி அதில் மகிழ்ந்திருந்தது. பலிகளும் நரபலிகளும் சர்வ சாதாரணமாக நிறைவேற்றப்பட்டன. புனித பேட்ரிக் மூவொரு இறைவனை ஆவியிலும் உண்மையிலும் வழிபடக் கற்றுக் கொடுத்ததன் வழியாக போலியான மதம் இல்லாமல் போனது. அதைத்தான் பாம்புகளை பேட்ரிக் விரட்டிவிட்டதாகச் சொன்னார்கள்.*

பாதிரி 2: *அப்படியானால் அவர் கையிலிருந்த கோல் இயேசுவிடமிருந்து வந்ததுதானா?*

பாதிரி 1: *புனித பேட்ரிக் ஒரு கத்தோலிக்க ஆயர். ஒவ்வொரு ஆயரும் தன் ஆளுகையைத் தெரிவிக்க கையில் செங்கோல் ஏந்தியிருந்தார்கள். மூன்று வெவ்வேறு ஆயர்கள் கூடித்தான் ஒருவரை ஆயராகத் திருநிலைப்படுத்த முடியும். அப்படி ஒவ்வொரு ஆயரின் தொடக்கங்களையும் தேடினால் அது அப்போஸ்தலர்களிடம் சென்று முடியும். இயேசுவே அப்போஸ்தலர்களுக்கு ஆயர்களாக இருக்கும் தகுதியை வழங்கியதால் ஆயர்களின் கோல் இயேசுவிடமிருந்து வந்ததாகச் சொல்வார்கள். ஆனால் அது ஒரு குறியீடு என்பதை யாரும் உணர்வதில்லை. அந்தப் பைத்தியக்காரனிடம் இருந்த கோல் புனித பேட்ரிக்கிடமிருந்து வந்தது என்று கொண்டாலும் அதனால் யாருக்கும் எந்தப் பலனுமில்லை.*

காட்சி 3

டப்ளின் நகரில் உள்ள கிறிஸ்து தேவாலயம்.

தேவாலயத்தில் ஒரு திருமணம் நடந்து முடியப் போகும் தருணம்.

மணவிழாவுக்கு வந்திருந்த எல்லோருக்கும் கேட்கும்படி சத்தமிட்டுக் கொண்டே உள்ளே நுழைகிறார் ஆர்த்தோ.

தலைமைப் பாதிரியைப் பார்த்து **ஆர்த்தோ:** நல்வணக்கம் பாதிரியாரே! இதோ இந்தக் கோலைக் கொஞ்சம் பாருங்கள்... *(கோலை பாதிரியிடம் கொடுக்க, பாதிரி அதை வாங்க மறுக்கிறார். பாதிரியின் முகத்தில் அசூயை).* இதை சாதாரண கம்பு என நினைத்து விடாதீர்கள். இது ஒரு மந்திரக் கோல். யேசு கிறிஸ்து வைத்திருந்த இந்தக் கோலால்தான் அவர் சைத்தான்களை...

(ஆர்த்தோ பேசுவது கேட்காதபடி இசை)

(இசை முடிந்ததும்)

தலைமைப் பாதிரி: நீங்கள் சொல்லும் கோல் யேசு கிறிஸ்துவிடம் இருந்தது உண்மைதான். ஆனால் அது மூடநம்பிக்கையின்

சின்னம் என்று சொல்லி ஆர்ச்பிஷப் ப்ரௌன் எரித்து விட்டார். எல்லாம் ஐந்து நூற்றாண்டுகளக்கு முன்பு நடந்த கதை. எனவே யாரோ உங்களிடம் இந்த சாதாரண கம்பைக் கொடுத்து ஏமாற்றியிருக்கிறார்கள். இதைக் குப்பையிலே தூக்கிப் போட்டு விட்டு இயேசு கிறிஸ்துவின் நாமத்தை ஜெபியுங்கள். உங்களுக்கு நன்மையும் அமைதியும் உண்டாகட்டும்.

ஆர்த்தோ: *(பெரும் குரலில் கத்துகிறார்) அமைதியா? எனக்கு அமைதியைக் கொடுக்க நீர் யார்? கடவுளின் கள்ளப் பணியாளரே! உமக்கு இயேசு விசுவாசத்தை அளிக்கட்டும்!*

பாதிரி: *ஒரு பைத்தியக்காரனிடம் உரையாடுவது என்னுடைய தவறுதான்.*

ஆர்த்தோ: நான் பைத்தியக்காரனாகவே இருந்து விட்டுப் போகிறேன். ஆனால் நான் உம்மைப் போல் வேஷக்காரனில்லை. இயேசு போதித்த உவமைகளும் கருத்துக்களும் இந்த உலகத்திற்கே விண்ணரசைக் கூட்டி வந்தது.

பாதிரி: *வெறும் கோலை மட்டும் பற்றிக் கொண்டு இயேசுவை வணங்குவதாகக் கூறும் உம்முடைய மேம்போக்கான விசுவாசத்துக்கு நான் வேஷக்காரனாகவே தெரிவேன். அதை விட்டுவிட்டு அவர் கோல் மீது மட்டும் உமக்கு என்ன அவ்வளவு அக்கறை? உம் மீது எங்கோ தங்கியிருக்கும் கரிசனத்தின் பேரிலே சொல்கிறேன், உம் கையிலிருக்கும் கோலைத் தூக்கியெறிந்து விட்டு எங்கள் வழிபாட்டில் கலந்து கொள்ளும். உம் விசுவாசமே உம்மை சொஸ்தப்படுத்தும்...*

ஆர்த்தோ *(பெரும் குரலெடுத்துக் கத்துகிறார்):* இந்த உலகத்தில் எதிர்க்கிறிஸ்து தோன்றி விட்டார்... இயேசு இந்தக் கோலை புனித பாத்ரிக்கிடம் வழங்கினார். அவர் மெய்யான விசுவாசத்தை அயர்லாந்துக்குக் கொண்டு வந்தார். இந்தக் கோலே அயர்லாந்தின் சர்ப்பங்களை விரட்டியது. இந்தக் கோலே பிசாசுகளை நடுநடுங்கச் செய்தது. அது மட்டுமா? ஒருமுறை தேசமெங்கும் பெருமழை பெய்து அத்தனை நெருப்பும் அணைந்து விட்டது. மீண்டும் நெருப்பை உண்டாக்குவது எப்படி என்று யாருக்கும் தெரியவில்லை. குளிர் மக்களின்

எலும்பு மஜ்ஜைகளைத் தின்ன ஆரம்பித்தது. எல்லோரும் பாத்ரிக்கிடம் ஓடினார்கள். மக்களின் துயர் அறிந்த பாத்ரிக் தன் கோலால் நிலத்தைக் குத்தினார். நிலத்தைத் துளைத்த கோல், நரகத்தைத் தொட்டு அங்கே எரிந்து கொண்டிருந்த நெருப்பை ஏந்தி வந்தது.

(ஆர்த்தோ கோலின் அடி நுனியை பாதிரியிடம் காண்பிக்கிறார். அதில் எரிந்த தடம் தெரிகிறது.)

ஆர்த்தோ: நீர் எதிர்க்கிறிஸ்துவின் சீடர் என்பதால் உம்மை எச்சரிக்கிறேன். என் நம்பிக்கைகளை இகழாதீர். நம்பிக்கையுடன் இயேசுவின் மேலாடையின் நுனியைத் தொட்ட ரத்தப் போக்குடைய ஸ்த்ரீ குணமானாள் என்று நற்செய்திகள் சொல்வது உமக்குத் தெரியாதா? இயேசுவின் ஒரே வார்த்தை மரித்தவர்களையும் உயிர்த்தெழச் செய்ததை நீர் அறிந்ததில்லையா? அப்படியிருக்க நான் ஏந்தியிருக்கும் இந்தக் கோலும் அதிசயங்கள் செய்யும் என்பது என் விசுவாசம். நான் விரும்பிய வண்ணமே நிகழும்.

பாதிரி: நீர் விசுவாசத்தையும் மூட நம்பிக்கையையும் குழப்பிக் கொள்கிறீர்...

ஆர்த்தோ: எல்லா விசுவாசங்களும் மூட நம்பிக்கைதான். அதனால் உமக்கு என்ன பிரச்சினை?

பாதிரி: நீர் தவறான கருத்துக்களை மக்களிடம் பரப்புகிறீர்...

ஆர்த்தோ: அதனால் உம் வருமானம் பாதிக்கப்படும் என்று அஞ்சுகிறீர்...

பாதிரி: இனிமேலும் பொறுக்க முடியாது. கூப்பிடுங்கள் காவலர்களை...

திருமணத்துக்கு வந்தவர்கள் ஆர்த்தோவை ஏதேதோ ஏசியபடி அவரைச் சூழ்ந்து கொள்கிறார்கள். ஏற்கனவே தெருவில் பார்த்த இரண்டு போலீஸ்காரர்களும் தேவாலயத்தின் உள்ளே வந்து ஆர்த்தோவைப் பிடித்து இழுத்துக் கொண்டு போகிறார்கள். ஆர்த்தோவின் கையில் இருக்கும் கோல் கீழே விழுகிறது.

அதை ஒரு போலீஸ்காரர் காலால் தட்டி விடுகிறார். உடனே ஆர்த்தோ வெறி கொண்டவராகக் கத்துகிறார்.

ஆர்த்தோ: என் கோல், என் மந்திரக் கோல், இயேசு கிறிஸ்து வைத்திருந்த கோல்...

உச்சபட்ச குரலில் கத்தி இரண்டு போலீஸ்காரர்களையும் தூக்கி எறிந்து விட்டு வெறி பிடித்தவனைப் போல் ஓடிப் போய் கோலை எடுத்துக் கொண்டு திரும்பவும் போலீஸ்காரர்களிடம் செல்கிறார்.

ஆர்த்தோ: இப்போது என்னை உங்கள் காவல் நிலையத்துக்கு அழைத்துச் செல்லுங்கள், நான் வருகிறேன்.

போலீஸ்காரர்கள் அவரை வினோதமாகப் பார்த்தபடி அழைத்துக் கொண்டு செல்கிறார்கள்.

(கோலை உதைத்த போலீஸ்காரரிடம்) **ஆர்த்தோ**: மந்திரக் கோலை உதைத்து விட்டோமே என்று கவலைப்படாதீர். நானே இயேசுவிடம் உமக்காக மன்னிப்புக் கேட்டுக் கொள்கிறேன். உமக்கு எந்தப் பிரச்சினையும் வராது.

காட்சி 4

காவல் நிலையம்.

ஆர்த்தோ: *(உரத்த குரலில்)* மூடர்களே, நான் யாரென்று தெரியாமல் என்னை இங்கே அடைத்து வைத்திருக்கிறீர்கள். என்னை விட்டு விடுங்கள். நான் இந்தப் பிரபஞ்ச சக்தியைப் பற்றி ஆராய்ச்சி செய்து கொண்டிருக்கும் கலைஞன். புனித பாத்ரிக்கையும் ஆரம்பத்தில் இப்படித்தான் செய்தீர்கள். மீண்டும் தவறு செய்யாதீர்கள். பின்னால் வருத்தப்படுவீர்கள்.

போலீஸ்: திருத்தூதரோடு உன்னை ஒப்பிடுகிறாயா? கழிசடை நாயே...

(திட்டியபடியே தன் லத்தியால் ஆர்த்தோவை அடிக்கிறான் போலீஸ். ஆர்த்தோ மிருகத்தைப் போல் ஓலமிடுகிறார்.)

அதிகாரி: *(கான்ஸ்டபிளிடம்)* இந்தக் கிறுக்கனை உடனடியாக ஃப்ரெஞ்ச் தூதரகத்தில் ஒப்படையுங்கள். அவர்களே இவனை கவனித்துக் கொள்ளட்டும். அயர்லாந்தில் ஃப்ரெஞ்ச் பைத்தியக்காரர்களுக்கு இடம் இல்லை.

இரண்டு போலீஸ்காரர்கள் ஆர்த்தோவை இழுத்துக் கொண்டு செல்லும்போது முன்பு சாலையில் பார்த்த குள்ளன் இப்போதும் ஆர்த்தோவையே வெறித்துப் பார்க்கிறான்.

ஆர்த்தோ: சைத்தான், சைத்தான்... நான் எங்கே போனாலும் என்னைத் தொடர்ந்து வந்து கொண்டேயிருக்கிறான். ஏய் சைத்தான், சிகுரி உன்னைத் தன் நெருப்பினால் எரிக்கப் போகிறது. சிகுரி *(போலீஸை நோக்கி)* உங்களையும் இந்த உலகத்தையும் நெருப்பினால் எரிக்கப் போகிறது. இந்த உலகம் நெருப்பினால் எரியூட்டப்பட்டு கோடிக்கணக்கான மக்கள் அழியப் போகிறார்கள்... அதைத் தடுப்பதற்கான செய்தியைத்தான் நான் கொண்டு வந்திருக்கிறேன்... தயவுசெய்து நான் சொல்வதைக் கேளுங்கள் மானிடரே... *(ஓலமிடுகிறார்)*

காட்சி 5

வாஷிங்டன் என்ற பெயருள்ள சிறிய கப்பல். அதில் அலங்கோலமான ஒரு அறையில் ஒரு சிறிய நாற்காலியில் குத்துக்காலிட்டு அமர்ந்திருக்கிறார் ஆர்த்தோ. பக்கத்தில் கோல்.

அவர் எதிர்பார்க்காதபடி திடுதிப்பென்று இரண்டு நபர்கள் அறையின் உள்ளே நுழைகிறார்கள். அவர்களின் ஆடை அழுக்காக இருக்கிறது. மெலிந்த தேகமும் பரட்டைத் தலையுமான கோலம்.

அவர்களைக் கண்டு பயந்து போன ஆர்த்தோ தன் கையிலிருக்கும் கோலால் அவர்களை அடிக்கிறார்.

வந்தவர்களில் ஒருவன்: மிஸ்டர் மிஸ்டர்... நிறுத்துங்கள், நிறுத்துங்கள். நாங்கள் ப்ளம்பர்கள். இந்த அறையின் கழிப்பறையில் ஏதோ பிரச்சினை என்று புகார் வந்திருக்கிறது. அதை சரி செய்யவே வந்திருக்கிறோம்.

ஆர்த்தோ: நீங்கள் பிரிட்டிஷ் அரசாங்கத்தின் உளவுத் துறை நாய்கள் என்று எனக்கு நன்றாகத் தெரியும். நான் ஐரோப்பிய நாகரீகத்தை எதிர்த்துப் பேசுவதால் பிரிட்டிஷ் அரசாங்கம் என்னைக் கொல்ல விரும்புகிறது. அவர்களிடமிருந்து

தப்பிப்பதற்காகவே நான் அயர்லாந்து வந்தேன். இங்கேயும் என்னைத் துரத்திக் கொண்டு வந்து விட்டார்கள் சதிகாரர்கள்.

கத்தியபடியே மீண்டும் மீண்டும் அவர்களை அடிக்கிறார்.

வந்த இருவரும் அறையை விட்டு அவசரமாக ஓடுகிறார்கள்.

சிறிது நேரத்தில் உள்ளே வரும் நான்கு பேர் ஆர்த்தோவை குண்டுக்கட்டாகத் தூக்கிக் கொண்டு போகிறார்கள்.

ஆர்த்தோ: என்னை விடுங்கள், என்னை விடுங்கள், பிரிட்டிஷ் உளவாளிகளே! என்னை விடுங்கள்!

கத்தியபடியே மூர்க்கத்துடன் கையையும் காலையும் உதைத்துக் கொண்டு திமிறுகிறார். அதற்கு மேல் அவர் கத்துவது எதுவும் புரியவில்லை. ஒரு கட்டத்தில் அவரை சமாளிக்க முடியாமல் ஒரு straightjacketஇல் போட்டு எல்லா பக்கமும் கட்டி எடுத்துப் போகிறார்கள். ஸ்ட்ரெய்ட்ஜாக்கட்டில் கைகளும் கால்களும் கட்டப்பட்ட நிலையில் ஒரு பிரேதத்தைப் போல் தூக்கிச் செல்லப்படுகிறார் ஆர்த்தோ. அவர் கண்கள் இமைக்காமல் விழித்தபடியே நிலைக்குத்தி நிற்கின்றன.

கோரஸ்

இருள்

அங்கம் 3

காட்சி 1

ஒரு மனநோய் விடுதி. இரும்புப் பட்டறை போன்ற தோற்றம்.

ஆர்த்தோவை ஒரு மேஜையில் படுக்க வைத்து இரண்டு பணியாளர்கள் மின்னதிர்ச்சி கொடுத்துக் கொண்டிருக்கிறார்கள். மிருகங்கள் ஓலமிடுவது போல் ஊளையிடுகிறார் ஆர்த்தோ. தாங்க முடியாமல் கதறுகிறார். அவர் உடல் வலிப்பு வந்தது போல் துடிக்கிறது. சற்று தூரத்தில் மனநல மருத்துவர் இந்தக் காட்சியைப் பார்த்தபடியே சிகரெட் புகைத்துக் கொண்டிருக்கிறார்.

மின்னதிர்ச்சி கொடுத்து முடித்ததும் கடைசியில் பிரக்ஞை இழக்கிறார் ஆர்த்தோ.

காட்சி 2

ஆர்த்தோ: மானிட இனமே, நான் சொன்னதை நீங்கள் கேட்கவில்லை. உலகம் அழியப் போவதை என் தர்ஸனத்தினால் உணர்கிறேன். லட்சக்கணக்கான பேர், கோடிக்கணக்கான பேர் பிரேதங்களாய்க் கிடப்பதை நான் காண்கிறேன். இது எனக்கு நானே உருவாக்கிக் கொண்ட மாயத்தோற்றம் அல்ல. இதோ என் கண் முன்னால் மலைமலையாய் பிரேதங்கள் குவிந்து கிடக்கின்றன. பிரேதங்களைப் புதைக்க இடமில்லாமல் குவியல் குவியலாய் எரித்துக் கொண்டிருக்கிறார்கள். குழந்தைகளுக்குக் கூட விலக்கு அளிக்கப்படவில்லை. குழந்தைகளின் அழுகை சப்தம் என் செவிகளைத் துளைக்கிறது.

(பின்னணியில் ஏராளமான குழந்தைகளின் அழுகை சப்தம்)

(காதுகளைப் பொத்திக் கொள்கிறார்) அழும் குழந்தைகளுக்கு சாக்லெட்டைக் கொடுத்து செயற்கையாய் உருவாக்கப்பட்ட காளவாய்க்குள்ளே போடுகிறீர்கள். சில தினங்களுக்கு முன்னே தங்கள் குழந்தைகளோடும் குடும்பத்தினரோடும் கொண்டாடிக் களித்திருந்த மனிதக் கூட்டம் இன்று நடமாடும் பிரேதங்களாய் உடம்பிலே ஒரு துணியில்லாமல் பனி உறையும் பாலையிலே வரிசை வரிசையாக எதை நோக்கிப் போய்க்கொண்டிருக்கிறது?

(அமானுஷ்யமான இசை. அதற்கு ஏற்றாற்போன்ற கோரஸ்)

மாபெரும் மனிதக் கூட்டம் காளவாய்க்குள்ளே தள்ளப்படுவதை

நான் காண்கிறேன். அவர்களால் அழக் கூட முடியவில்லை. நான் அழுதேன். அரற்றினேன். இயற்கையை நோக்கித் திரும்புங்கள், இயற்கையே கடவுள் என்று உங்களிடம் கதறினேன். ஆன்மாவை இழந்து விட்ட உங்களை தாராஉமாராவின் சிகுரியினாலும், வேதங்களினாலும், உபநிஷத்துக்களினாலும் சொஸ்தப்படுத்த முடியும் என்று கெஞ்சினேன். இழந்து விட்ட உங்கள் ஆன்மாவை அவைகளால் மீட்டுத் தர முடியும் என்றேன். நான் எவ்வளவு சொல்லியும் காது கேளாதவர்களைப் போல் இருந்தீர்கள். கத்தினேன். கத்திக் கொண்டே இருந்தேன். பைத்தியம் என்றீர்கள். வெறி பிடித்தவன் என்றீர்கள். மூடர்களே, நான் கத்தியது அத்தனையும் உங்களுக்கான எதிர்ப்புக் குரல் என்பது கூடவா புரியவில்லை?

(பேரிகைகளின் முழக்கம்)

புரிந்த போது என்னை உளவுத் துறையை வைத்துப் பிடித்து ஸ்ட்ரெய்ட் ஜாக்கட்டில் போட்டுக் கட்டி அயர்லாந்திலிருந்து கடத்திக் கொண்டு வந்து இந்த மனநோய் விடுதியில் அடைத்து விட்டீர்கள். நீங்கள் புத்திசாலிகள், என் எழுத்தை விட என் வாழ்க்கையின் மூலமே அதிகம் பேசியிருக்கிறேன் என்பதால், என் வாழ்க்கையை முடக்கி விட்டீர்கள். இப்போது உங்களைக் கேள்வி கேட்க ஆள் இல்லை. எந்திரங்களால் இயற்கையை அழித்த நீங்கள் இப்போது அதிலும் சோர்வுற்று உங்களை நீங்களே அழித்துக் கொண்டிருக்கிறீர்கள். உலகமே அழிந்து விட்டது. மனித இனமே காணாமல் போய் விட்டது.

(வெடிகுண்டுகளின், பீரங்கிகளின் சப்தம். குழந்தைகளின் அழுகுரல்)

உங்களிடம் எனக்கு ஒரே ஒரு கேள்வி இருக்கிறது.

இப்படி ஒரு பேரழிவை உண்டு பண்ணி மனித குலத்தையே நிர்மூலமாக்கி விட்ட நீங்கள் பைத்தியமா? நான் பைத்தியமா? சொல்லுங்கள், மானிடரே!

(அமானுஷ்யமான குரலில் கத்துகிறார் ஆர்த்தோ)

கோரஸ்

அங்கம் 4

காட்சி 1

மேடையில் மெதுவாக ஒளி பரவுகிறது.

மேடையின் ஓரத்தில் நான்கு பிளாஸ்டிக் வாளிகளில் (ஒவ்வொன்றும் ஒவ்வொரு நிறம்) தண்ணீர் நிரப்பப்பட்டு வைக்கப்பட்டிருக்கிறது.

மேடையின் வலப் பக்கத்திலிருந்து கோமாளி போல் ஒப்பனை அணிந்த ஒருவன் நான்கு கால்களால் தவழ்ந்து வந்து மேடையின் நடுவே எழுந்து நின்று பைத்தியத்தைப் போல் மயிர்க்கூச்செறியச் செய்யும்படி கிறீச்சிட்ட குரலில் கத்துகிறான். பிறகு, தன் ஜேபியிலிருந்து ஒரு குடுகுடுப்பையை எடுத்து அடித்து விட்டு பிரசங்கம் செய்வது போல் பேச ஆரம்பிக்கிறான்.

மை டியர் பிரதர்ஸ் அண்ட் சிஸ்டர்ஸ்,

உடனே அரங்கில் ஒரு நிமிட நேரம் கரவொலி சப்தம் கேட்கிறது. சிலர் சீட்டியும் அடிக்கிறார்கள். சிலர் ஹோ ஹோ என்று சப்தமிடுகிறார்கள். ஒரு சிலர் செம்மறி ஆட்டைப் போல் கத்துகிறார்கள். கரவொலி அடங்கியதும் கோமாளி பேசுகிறான்.

இந்த நாடகத்தின் ஒரிஜினல் பிரதியில் எப்படி இருந்தது என்றால், நான் உங்களை மை டியர் பிரதர்ஸ் அண்ட் சிஸ்டர்ஸ்

என்று விளித்து முடித்த கையோடு ஒரு சீழ்க்கை அடிப்பேன். என்னுடைய உதவியாளர்கள் நான்கு பேர் மேடைக்கு வந்து இந்த வாளித் தண்ணீரையெல்லாம் உங்கள் மீது ஊற்றுவார்கள். அதற்குப் பிறகு ஒரு கலவரம் நடக்கும். கலவரம் முடிந்து சில பேர் மீதியிருந்தால் அவர்களுக்காக நாடகத்தைத் தொடர வேண்டும். இயக்குனரும் நாடகாசிரியரும் நடிகர்களும் சேர்ந்து செய்த பல கூட்டு விவாதங்களின் போது நாடகாசிரியரிடம் இயக்குனரும் நாங்களும் இது வேண்டாம் என்று எவ்வளவோ எடுத்துச் சொன்னோம். இப்படிச் செய்வது நம் தலையில் நாமே மண்ணை வாரிப் போட்டுக் கொள்வது போல் ஆகும் என்று விளக்கினோம். ஆனால் நாடகாசிரியரோ பிடிவாதமாக இருந்தார். முப்பத்தைந்து ஆண்டுகளுக்கு முன்பு அவரது முதல் நாடகம் நடந்து கொண்டிருக்கும்போதே - அதுவே அன்னாரது கடைசி நாடகமாகவும் அமைந்தது விதியின் சதியே தவிர வேறு என்னவென்று சொல்வது? - பார்வையாளர்கள் அந்த நாடகத்துக்குள் புகுந்து நடிகர்களையும் நாடகாசிரியரையும் அடித்துத் துவைத்து எடுத்து விட்டார்கள் என்பதால் அதற்குப் பழி வாங்குவதற்காக நாடகாசிரியர் இந்த முறை தானே ரகளையை ஆரம்பிக்கலாம் என்றுதான் இந்தத் தண்ணீர் வாளிகளை வைக்கச் சொன்னார். 'இதை நான் ஒன்றும் முதல் முதலாகச் செய்யவில்லை' என்று சரித்திரத்திலிருந்து ஒரு முன்னுதாரணத்தையும் சொன்னார்.

1951இலே மாரிஸ் லெமாய்த்ர் (Maurice Lemaître) என்பார் ஃப்ரான்ஸ் தேசத்திலே "சினிமா ஆரம்பித்தாகி விட்டதா?" என்று ஒரு சினிமாவை இயக்கி பார்வையாளர்களுக்குப் போட்டுக் காண்பித்தார். அப்போது படம் தொடங்குவதற்கு முன்னால் இப்படித்தான் பார்வையாளர்கள் மீது வாளி நிறைய தண்ணீரை ஊற்றினார். அதற்குப் பிறகு அந்த சினிமா போடப்பட்டதா, மாரிஸ் லெமாய்த்ருக்கு என்ன ஆனது என்பது போன்ற விவரங்கள் அடியேனுக்குத் தெரியவில்லை.

ஆனால் நீங்கள் பயப்பட வேண்டாம். உங்கள் கரவொலி என்னை நெகிழச் செய்து விட்டது. அதிலும் சீட்டி வேறு அடித்து என்னை உற்சாகப்படுத்தியிருக்கிறீர்கள்.

பிறகு தலையைத் திருப்பி மேடையின் பக்கவாட்டில் பார்த்து, "யாரங்கே? இந்த வாளிகளை எடுத்துச் செல்லுங்கள்" என்று உத்தரவிடுகிறான்.

நான்கு பேர் - முகமூடி அணிந்தவர்கள் - மேடைக்கு வந்து வாளிகளை எடுத்துச் செல்கிறார்கள்.

(பார்வையாளர்களை நோக்கி) நீங்கள் கவலைப்படாதீர்கள். இது ஒரு பின்நவீனத்துவ நாடகம் என்பதால் நாம் இந்தப் பிரதியை எப்படி வேண்டுமானாலும் மாற்றிக் கொள்ளலாம்.

சரி, இப்போது நாம் நாடகத்துக்கு உள்ளே செல்கிறோம்.

(குரலை செருமிக் கொள்கிறான். லேசாக இருமிக் கொண்டு பேச ஆரம்பிக்கிறான்.)

கோமாளி: இதனால் சகலருக்கும் அறிவிப்பது என்னவென்றால், பத்தொன்பதாம் நூற்றாண்டின் மகத்தான சிந்தனையாளரான ஸோ அண்ட் ஸோ கனவு கண்டபடி இனிமேல் அரசு என்ற ஸ்தாபனம் தன்னைக் கலைத்துக் கொள்ள இருக்கிறது. *State withers away from this moment.* உலகில் உள்ள எல்லா தேசங்களும் இந்த உடன்பாட்டில் கையெழுத்திட்டு விட்டன. இனிமேல் உலகில் எங்குமே காவல் நிலையங்கள் இருக்காது. நீதிமன்றங்கள் இருக்காது. ராணுவம் இருக்காது. அந்த அமைப்புகளில் பணியாற்றியவர்கள் யாவரும் இனிமேல் தாங்கள் விரும்பியது போல் வாழ அனுமதிக்கப்படுகிறார்கள். இனிமேல், எந்த மனிதனும் எந்த ஸ்தாபனமும் யாருக்கும் தண்டனை கொடுக்க இயலாது. நீதி அநீதி என்ற இரண்டையும் தாண்டிய சமூகத்தைப் படைப்பதற்கான ஒரு அரசியல் புரட்சியை நோக்கிய பயணம் இது என்றும், இனிமேல் விண்ணுலகை மண்ணுலகில் காண முடியும் என்றும் புத்திஜீவிகள் கருத்து தெரிவிக்கிறார்கள்.

பின்னர் கோமாளி பிப்பிரிப்பீ என்று கீச்சுக் குரலில் கத்துகிறான். அரங்கத்தில் இருள் பரவுகிறது.

பாத்திரங்கள் உருளும் கடாமுடா சப்தம். கூடவே ட்ரம்ஸ் சப்தம். பிறகு தாராஉமாரா இசை.

காட்சி 2

மேடையின் வலது மூலையில் செங்குத்தாக ஒளி பரவுகிறது. அங்கே ஒருவன் இன்னொருவனைக் கழுத்தை நெறிக்கிறான்.

நீதானே என் ஐந்து வயது மகளைப் பாலியல் பலாத்காரம் செய்து கொன்றாய்? செத்துப் போ, செத்துப் போ என்று கூச்சலிடுகிறான்.

கையில் இருக்கும் கோடரியை ஓங்கி "இந்தக் கைதானே என் மகளைத் தொட்டது? இந்தா பிடி" என்று கத்தியபடியே எதிராளியின் கையை வெட்டிப் போடுகிறான். இதுதானே என் மகளைக் கெடுத்தது என்று அவனுடைய ஆண்குறியை அறுத்து எறிகிறான். இதுதானே என் பெண்ணின் மேல் ஏறிப் படுத்தது என்று காலை வெட்டுகிறான்.

அப்போது தலையிலிருந்து கால் வரை வெண்ணிற அங்கி அணிந்து, நீண்ட முடியும் நீண்ட தாடியும் கொண்ட ஒரு முதியவர் பெண் குரலில் பேசுகிறார்.

முதியவர்: *(மென்மையான, நளினமான, வருடிக் கொடுப்பது போன்ற குரலில்)* எனக்கு ஒரு கனவு இருக்கிறது... மானிடர் யாவரும் சகோதரர்களைப் போல் வாழும் ஓர் உலகம் உருவாகும். அந்த உலகில் யாரும் யாரையும் வெறுக்க மாட்டார்கள். மனிதரின் தோல் எந்த வண்ணத்தில் இருந்தாலும் ஒருவரை ஒருவர் நேசித்தபடியே வாழ்வார்கள். எந்தக் கறுப்பனையும் எந்தப் போலீஸ்காரரும் சுட்டுக் கொல்ல மாட்டார். மானுட

வாழ்வில் நோய்மையே இல்லாமல் போகும். மருத்துவர்களே இல்லாத ஒரு சமூகம் உருவாகும்.

அப்போது குறுக்கிடுகிறார் அந்தோனின் ஆர்த்தோ.

ஆர்த்தோ: *யார் சொன்னது?* நோய்மையே வலிமை. நோய்மையில்தான் மனிதன் தன் ஆன்ம பலத்தை அனுபவம் கொள்கிறான். ஹெல்த் ஈஸ் வெல்த் என்பதெல்லாம் மூடர்களின் நம்பிக்கை. ஆரோக்கியமான மனிதர்களால்தான் உலகம் இப்படி சீர்கெட்டுக் கிடக்கிறது. ஆரோக்கியம் என்பது மனிதர்களைப் பிடித்த குஷ்ட ரோகம். நான் வாழ்நாள் பூராவும் நோய்மையில்தான் கிடந்தேன். நோய்மைதான் எனக்கு நம்பிக்கையை அளித்தது. நோய்மையே எனக்கு வலிமையை அளித்தது. நோய்மையே எனக்கு தைரியத்தை அளித்தது.

சொல்லியபடியே ஓடிப் போய் வெண்ணிற அங்கி அணிந்த முதியவரைத் தன் கையில் உள்ள கைத்தடியினால் அடிப்பது போல் பாவனை செய்கிறார். முதியவர் அதிர்ச்சி அடைகிறார். காவலாளிகள் வந்து ஆர்த்தோவை லத்தியினால் அடிக்கிறார்கள். அடி தன் மீது படாமல் அங்கும் இங்குமாக உடலை நெளித்தபடி நடனம் ஆடுகிறார் ஆர்த்தோ. அதையும் மீறி அடிகள் அவர் மீது படுகிறது.

ஒரு கட்டத்தில் வீறிட்டு அலறுகிறார் ஆர்த்தோ. காவலாளிகள் ஸ்தம்பிக்கிறார்கள்.

ஆர்த்தோ *(தன் கையிலிருக்கும் கோலைக் காண்பித்து): மூடர்களே, இது என்ன கோல் தெரியுமா உங்களுக்கு?*

(அவர் பேச்சை இசை அமுக்குகிறது...)

ஆர்த்தோவைத் தூக்கிச் செல்லும் இரண்டு மருத்துவப் பணியாளர்கள் அவருக்கு மின்னதிர்ச்சி அளிக்கிறார்கள். அவர் உடல் வலிப்பு வந்தது போல் அதிர்ந்து கொண்டே இருந்து கடைசியில் அடங்குகிறது.

பூர்வ குடிகளின் ஒற்றைப் புல்லாங்குழல் இசை

இருள்

காட்சி 3

அரங்கத்தின் ஒரு பகுதியில் மட்டும் வெளிச்சம் பரவுகிறது. ஒரு மனிதன் கைகள் இரண்டும் கயிறுகளால் கட்டப்பட்டு தொங்கவிடப்பட்டிருக்கிறான். ஐந்து பேர் அவனை உன் கடவுள் யார், உன் கடவுள் யார் என்று தொடர்ந்து கேட்டபடி சாட்டையால் அடிக்கிறார்கள். அவன் தலை பிரக்ஞையற்றுத் தொங்குகிறது. அடிப்பவர்கள் நிறுத்தாமல் அடித்துக் கொண்டே இருக்கிறார்கள்.

காட்சி 4

ஒரு பெண் தொலைபேசியில் சத்தமாகப் பேசுகிறாள். சற்றே மிரட்டும் தொனி. அவள் பக்கத்தில் ஆறு வயது சிறுவன் சாப்பிட்ட நிலையில் பிணமாகச் சரிந்து கிடக்கிறான். கட்டிலில் முப்பது வயது மதிக்கத்தக்க ஒருவன் மயங்கிய நிலையில் வாயில் நுரை தள்ள அலங்கோலமாகக் கிடக்கிறான். அவன் கழுத்துக்கு அருகில் ஒரு தலையணை.

பெண்: பையனுக்கு வெஷம் வச்சுட்டேன். வேல முடிஞ்சிச்சு. ஆனா அவங்கப்பனுக்கு வச்ச வெஷம் சரியா வேல செய்யல போல. வாய்ல நொர நொரயா வருது. அசையாமப் படுத்துக் கெடக்கான். ம்ஹூம், இன்னும் உயிர் இருக்கு. மூக்குல தொட்டுப் பாத்தேன். மூச்சு ஓடுது. தலகாணிய மூஞ்சீல வச்சு அமுக்குனேன். முடில. எனக்கு அவ்ளோ பலம் இல்ல. நீயும் வந்தீனா முடிச்சிர்லாம். நாளைக்கு நாம கௌம்பணும்ல? இனிமே இந்த ஊர்ல இருக்க வேணாம். என்னாது? கடைல கூட்டமா இருக்கா? எத்தன ப்ராட்டா போடணும்? என்னது, கொத்துப் ப்ராட்டாவா? கிழிஞ்சிது போ. சீக்கிரம் வா. மயக்கம் தெளிஞ்சு எழுந்துட்டான்னா வம்பு. எழுந்துக்க மாட்டான்னுதான் நெனைக்கிறேன். ஏய், நேத்து வரைக்கும் வீரமா பேசுனே? இன்னிக்கு என்னா பம்முறே? ம்? சீக்கிரம் வந்து சேரு, ஆமா.

மேடையில் மெல்ல இருள் சூழ்கிறது.

காட்சி 5

ஒளி பரவும்போது மேடை முழுவதும் பிணங்கள். ஐம்பது வயது மதிக்கத்தக்க ஒருவன் அருகில் இரண்டு இளம் பெண்கள். (ஒளியும் இந்த மூவரின் ஆடைகளும் வண்ண மயமாகவும் செவ்வியல் தன்மை (Renaissance ஓவியங்களைப் போல) கொண்டதாகவும் இருக்க வேண்டும்.)

ஆண்: என் அருமைப் புத்திரிகளே! மனித இனம் அழிந்து விட்டது. சட்டம் இல்லை, தண்டனை இல்லை என்றதும் ஒருவரை ஒருவர் கொன்று மாய்ந்து விட்டார்கள். ஒவ்வொருவருக்கும் ஒவ்வொருவர் மீது பழி. பகை. வாங்கிய கடனைத் திருப்பிக் கொடுக்கவில்லை என்று தந்தையே மகனைக் கொன்றான். கள்ளக் காதலுக்காக கணவனையும் மகனையும் கொன்றாள் தாய். அண்ணனைத் தம்பி கொன்றான். தம்பியை நண்பன் கொன்றான். நண்பனை எவனோ ஒருவன் கொன்றான். எவனோ ஒருவனை இன்னொருவன் கொன்றான். எல்லோரும் எல்லோரையும் கொன்று பகை தீர்த்தார்கள். எஞ்சியிருப்பது நாம் மூவர் மட்டுமே. இப்போது மனித இனத்தை விருத்தி செய்ய வேண்டியது நம் கடமை இல்லையா? இப்படியே தர்ம நியாயம் பார்த்து விட்டுவிட்டால் நம்மோடு மனித

குலம் அழிந்து விடாதா? ஆதலால் என் அருமை மக்களே, இன்று ஒருத்தியும் நாளை ஒருத்தியுமாக என்னோடு கலவி கொள்ளுங்கள். இதுதான் இப்போதைய தர்மம். இந்தக் காலமும் சூழலும்தான் இந்தத் தருணத்தின் தர்மத்தை நிர்ணயிக்கின்றன. தர்மங்கள் நிலையானவை அல்ல. *(சங்கு ஊதுகிறது.)* எப்போதெல்லாம் மனித குலம் அழிய நேர்கிறதோ அப்போதெல்லாம் புதிய தர்மம் உதயமாகிறது. *(சங்கு)*

காட்சி 6

(ஹிந்தி சினிமா நடிகனைப் போல் தோற்றம் கொண்ட)
எழுத்தாளன்: என்ன இது, நாடகம் இப்படித் தறிகெட்டு அலைகிறது? லோத் அண்ட் ஹிஸ் டாட்டர்ஸ் கதையை யார் இப்படி உல்ட்டா பண்ணியது? நான் இப்படி எழுதவில்லையே? தந்தையும் மகளும் உறவு கொள்வது போல் எழுதினால் என் பதிப்பாளர் ஏற்றுக் கொள்ள மாட்டாரே? அதோடு, ஏற்கனவே எனக்கு சமூகத்தில் நிலவும் அவப்பெயருக்கு மேலும் இது பங்கம் விளைவிக்கும் போலிருக்கிறதே? விவிலியத்தில் என்ன சொல்லியிருக்கிறது? லோத்தை மதுபானம் கொடுத்து மயங்கச் செய்த பிறகுதான் அவனுடைய மகள்கள் அவனோடு இரண்டு இரவுகளில் உறவு கொண்டு சந்ததி உண்டு பண்ணுகிறார்கள். ஆனால் நான் எழுதிய இந்த நாடகத்தில் அந்தக் கதை ஏதோ porn siteஇல் வரும் த்ரீஸம் போல் அல்லவா சகட்டு மேனிக்கு அடித்து விட்டிருக்கிறீர்கள்? நாடகத்தை உடனே நிறுத்துங்கள். எங்கே இயக்குனர் நயநதினி? எனக்கும் அவளுக்குமான உறவு என்பது தனிப்பட்ட விஷயம். அதை சாக்காக வைத்துக் கொண்டு அவள் நாடகத்தில் குறுக்கிட்டு குழப்பம் உண்டுபண்ணக் கூடாது. நயநதினீ... நயநதினீ...

இரண்டு பேர் தோளில் அமர்ந்தபடி வருகிறாள் இயக்குனர் நயநதினி. எழுத்தாளனை நெருங்கியதும் தோளிலிருந்து இறங்கி உடம்பை முன்பக்கமாகக் குனிந்து புட்டத்தைத் தூக்கி சத்தமாகக் குசு விடுகிறாள்.

எழுத்தாளன்: அசிங்கம் அசிங்கம். இது என்ன, தியேட்டர் ஆஃப் க்ரூவல்ட்டியா அல்லது தியேட்டர் ஆஃப் ஃபார்ட்டா? உன்னுடைய அட்டகாசம் தாங்க முடியவில்லை நயநதினி. பொது இடங்களில் நாகரீகம் பேண வேண்டாமா? உன்னைப் போலத்தான் இருக்கிறது உன் இயக்கமும். உன்னை நம்பி என் நாடகத்தைக் கொடுத்ததற்காக நான் அவமானப்படுகிறேன்.

நயநதினி: இதோ பாருங்கள் மிஸ்டர் ரைட்டர், லோத் அண்ட் ஹிஸ் டாட்டர்ஸ் கதையில் வரும் இன்செஸ்ட் உறவுக்கு லோத்தை அவன் மகள்கள் மது அருந்த வைத்து மயக்கமுறச் செய்து உறவு கொண்டார்கள் என்று ஒரு நியாயம் கற்பிக்கப் படுகிறது. அப்படிப் பார்த்தால் லோத்தின் மகள்கள் பாவம் செய்தவர்களாக ஆகவில்லையா? அதற்கும் ஒரு காரணம் தரப்படுகிறது. உலகம் அழிந்து விட்டது, மனித குலம் அழிந்து விடக் கூடாது என. அதனால்தான் தந்தையுடன் உறவு கொள்கிறார்கள் புத்திரிகள். ஆர்த்தோவின் சென்ஸியை...

எழுத்தாளன் குறுக்கிடுகிறான்: ஆர்த்தோ என்று சொல்லாதே. ஆ(ஹ்)ர்த்தோ... ஆ(ஹ்)ர்த்தோ... எனக்கு ஃப்ரெஞ்ச் உச்சரிப்புகளைக் குலைத்தால் கெட்ட கோபம் வரும்.

நயநதினி: ஃப்ரெஞ்சுக்காரர்களுக்கே 'ர்' உச்சரிப்பு சரியாக வருவதில்லை. நான் சிங்களத்துப் பெண். நான் எப்படி ஆர்த்தோவை ஆ(ஹ்)ர்த்தோ என்று சொல்ல முடியும்? கொஞ்சம் பொறுத்துக் கொள்ளுங்கள். ஆ(ஹ்ஹ்ஹ்)ர்த்தோவின் சென்ஸியை எடுத்துக் கொண்டால் அதில் வரும் சென்ஸி தன் மகளைக் கற்பழிக்கிறான். சென்ஸி தீயவன். தீமையின் மொத்த வடிவம். அதேபோல் நொபக்கோவின் லொலித்தாவை எடுத்துக் கொண்டாலும் அதில் வரும் ஹம்பர்த் ஒரு மன நோயாளி. என்ன சார் இது, ஒரு ஆரோக்கியமான இன்செஸ்ட் உறவே இருக்க வாய்ப்பு இல்லையா?

அப்போது அங்கே வரும் ஆர்த்தோ யாரும் எதிர்பாராத விதமாக மேடையில் இருக்கும் மேஜையில் தன் பேனாக்கத்தியைச் செருகி எல்லோரையும் அலறச் செய்கிறார். பிறகு பேசுகிறார்.

ஆர்த்தோ: *நான் கலவியே தப்பு என்கிறேன், நீங்கள் என்னவென்றால், இன்செஸ்ட்டையே தப்பு இல்லை என்கிறீர்கள். உங்கள் மூளை பிசகி விட்டது. இதோ இப்போதே நான் ஒரு நாடகத்தை உருவாக்குகிறேன், நகருங்கள்.*

இதோ கதை. இதை மிஸ் நயநதினி, நீங்கள் நான் சொல்கிறவாறு இயக்குங்கள். காட்சிகளைப் பற்றி நாம் பிறகு விவாதிப்போம்.

எல். என்பவன் அந்த ஊரில் ஒரு பிரபலமான சைக்கியாட்ரிஸ்ட். அவன் தன் மகளை வசியம் செய்து வசியம் செய்து பல ஆண்டுகளாகப் பாலுறவு கொள்கிறான். அவர்களுக்கு ஒரு பெண் குழந்தை பிறக்கிறது. சரியாகப் பதின்மூன்று ஆண்டுகள் கழிந்த பிறகு தன் பேத்தியாகிய மகளோடும் உறவு கொள்ளத் துடிக்கிறான். இது சரியல்ல, முறையல்ல என்று சொல்லிப் பார்க்கிறாள் மனைவியாகிய மகள். எல். அவளை ஒரு அறையில் போட்டுப் பூட்டி வைக்கிறான். பேத்தியாகிய மகளைப் பலவாறு பேசிப் பேசி மயக்குகிறான். அவளும் அவனுக்கு அடி பணிந்து விடுகிறாள்.

இப்போது முடிவை எப்படி அமைப்பது என்பதில்தான் குழப்பம். தாயும் மகளும் சேர்ந்து தங்கள் கணவனாகிய தந்தையை அடித்துக் கொல்வதாக முடித்தால் அது ஏற்கனவே நான் எழுதிய சென்ஸியைக் காப்பி அடித்ததாக ஆகி விடும். கதையை மகளாகிய பேத்தியை மயக்கிப் பாலுறவு கொள்வதாக முடித்து விட்டால் அது என் கொள்கைக்கே எதிராகி விடும்.

நயநதினி: *ஆர்த்தோ, தங்களுக்குக் கொள்கைகள் பிடிக்காது என்று கேள்விப்பட்டிருக்கிறேனே?*

ஆர்த்தோ: *மிஸ் நயநதினி, நான் ஆ(ஹ்)ர்த்தோ என்று அழைக்கப்படுவதை விரும்ப மாட்டேன். மிஸ்ஸே ஆ(ஹ்)ர்த்தோ என்று மரியாதையுடன் அழையுங்கள். எங்கே, உங்கள் கேள்வியை இப்போது என்னை முறையாக அழைத்துக் கேளுங்கள், பார்ப்போம்?*

நயநதினி: *மிஸ்ஸே ஆ(ஹ்ஹ்ஹ்)ர்த்தோ, தங்களுக்குக் கொள்கைகள் பிடிக்காது என்று கேள்விப்பட்டிருக்கிறேனே?*

ஆர்த்தோ: *உண்மைதான். நான் குடியரசுத் தத்துவத்தின் மீது மூத்திரம் அடிக்கிறேன். சோஷலிசத்தின் மீது மூத்திரம் அடிக்கிறேன். கம்யூனிசத்தின் மீது மூத்திரம் அடிக்கிறேன். மார்க்சிசத்தின் மீது மூத்திரம் அடிக்கிறேன். ஐடியலிசத்தின் மீது மூத்திரம் அடிக்கிறேன். பொருள்முதல்வாதத்தின் மீது மூத்திரம் அடிக்கிறேன். அது இயங்கியல் பொருள்முதல்வாதமாக இருந்தாலும் சரி. இயங்காவியல் பொருள்முதல்வாதமாக இருந்தாலும் சரி. எல்லா பொருள்முதல்வாதத்தின் மீதும் மூத்திரம் அடிக்கிறேன். சுருக்கமாகச் சொன்னால், சிந்தனை என்று சொல்லப்படும் எல்லாவற்றின் மீதும் மூத்திரம் அடிக்கிறேன்.*

கோமாளி: *உங்களுக்கு என்ன சர்க்கரை வியாதியா மிஸ்ஸே ஆர்த்தோ? இவ்வளவு மூத்திரம் விட்டால் உடம்புக்கு ஆகாது...*

ஆர்த்தோ: *யார் இந்த அதிகப் பிரசங்கி?*

கோமாளி: *நான் கோமாளி, மிஸ்ஸே ஆர்த்தோ. இந்த நாடகத்தில் கொஞ்சம் காமெடி எலமெண்ட் வேண்டும் என்பதற்காக என்னைச் சேர்த்திருக்கிறார் இயக்குனர் நயநதினி...*

ஆர்த்தோ: *நாடகத்தில் சிரிப்பு வேண்டும்தான். மார்க்ஸ் சகோதரர்களின் நகைச்சுவை என் குரூர அரங்கக் கோட்பாட்டுக்குப் பெரிதும் உதவியது என்பதையும் நான் பலமுறை பதிவு செய்திருக்கிறேன். என்னுடைய ஜோக்கர் கான்செப்ட்தான் ஹாலிவுட் ஜோக்கர் மற்றும் க்ரேடில் ஆஃப் ஃபில்த் போன்ற பாப் குழுக்களுக்கு உந்துதலாக இருந்தது என்பதையும் நான் அறிவேன். அவர்களுக்கு என்னைப் பற்றித் தெரியாதிருக்கலாம். ஆனால் நான்தான் அவர்களுடைய கலையின் மூலமாக இருக்கிறேன்.*

சிறிது நேர மௌனம்... (சட்டென்று சந்நதம் வந்தவர் போல வேறொரு பாவனையில் பேசத் தொடங்குகிறார்)

மனநோய் விடுதிகளில் எனக்குத் திரும்பத் திரும்ப உணவுக்குப் பதிலாக மலத்தையும் மூத்திரத்தையும் கொடுத்து என்னை மரணத்தின் விளிம்புக்குத் தள்ளிக் கொண்டே இருந்தார்கள். ஆனாலும் நான் சாகவில்லை. ஏனென்றால், நான் ஏற்கனவே மரணமடைந்தவன். மரணத்தை மரணம் என்ன செய்ய முடியும்? அதே சமயம், நானே ஜனனமாகவும் மரணமாகவும் இருந்தேன். அதே சமயம், ஜனனம் அற்றவனாகவும் மரணமற்றவனாகவும் இருந்தேன். ஜனனம் மரணம் ஜனனம் மரணம் ஜனனம் மரணம் ஜனனம் மரணம் ஜனனம் மரணம். கடைசியில் அறிவித்தேன், எனக்கு மரணமே இல்லை, நான் என்றென்றும் ஜீவித்திருப்பேன் என்று.

(ஜனனம் மரணம் என்று திரும்பத் திரும்ப ஒலிக்கும் கோரஸ் சிறிது நேரத்துக்கு)

ஆனால் மிஸ் நயநதினி... நீங்கள் உருவாக்கியிருக்கும் ஜோக்கர் உருவத்தில் மட்டும்தான் ஹாலிவுட் ஜோக்கர் மாதிரி இருக்கிறாரே தவிர அவர் ஒரு தீவிரமான ஆளுமையாகத் தெரியவில்லை. மிகவும் மேம்போக்காக நடந்து கொள்கிறார். ஜோக்கரைப் போல் வேஷம் கட்டிக் கொள்பவர்களெல்லாம் ஜோக்கராகி விட முடியுமா என்ன?

கொள்கைகள், கோட்பாடுகள், சித்தாந்தங்கள் எல்லாவற்றையும் நான் நிராகரிப்பது பற்றிக் கேட்டீர்கள். நான் கண்டுபிடித்த உண்மைகள் நான் கண்டுபிடிப்பதற்கு முன்பே இருந்து கொண்டுதான் இருக்கின்றன. நான் அவற்றை அடையாளம் கண்டு கொண்டேன். உலகத்துக்கு அறிவித்தேன். அவ்வளவுதான். உதாரணமாக, நாம் தாராஉமாரா மந்திரங்களை உச்சாடனம் செய்வதன் மூலம் பல அமானுஷ்யமான காரியங்களைச் செய்ய முடியும். மூச்சுப் பயிற்சிகளைச் செய்வதன் மூலம் மரணத்தை ஒத்திப் போட முடியும். தாந்த்ரிக் யோகத்தின் மூலம் நம் உடலை விட்டுப் பிரிந்து போய் திரும்பவும் வந்து உடலோடு சேர்ந்து கொள்ள முடியும்.

அப்போது ஆர்த்தோவின் மனநோய் மருத்துவர் ஃபெர்தியர் வந்து பேசுகிறார்.

ஃபெர்தியர்: *மிஸ்டர் ஆ(ஹ்)ர்த்தோ, போர் நடந்து கொண்டிருக்கும் இந்தக் காலகட்டத்தில் எல்லோருக்கும் ஒரு துண்டு ரொட்டி கூடக் கிடைக்கவில்லை. அப்படியும் நான் உங்களுக்கு ரெண்டு துண்டு ரொட்டியும், கேட்கும் போதெல்லாம் சிகரெட்டும் கொடுக்கிறேன். ஏனென்றால், நானும் ஒரு கவிஞன். அந்த வகையில் நான் உங்களை ஒரு சக படைப்பாளியாக மதிக்கிறேன். ஆனால் நீங்களோ என்னென்னவோ பிதற்றுகிறீர்கள். உளறுகிறீர்கள். உங்கள் கத்தியையும் கைத்தடியையும் காட்டி சராசரி மனிதர்களை பயமுறுத்துகிறீர்கள். உங்களைப் பற்றி நான் எவ்வளவோ கனவு கண்டிருந்தேன். எல்லாவற்றையும் சரித்து விட்டீர்கள். இப்போதும் கூட நான் உங்களை ஒரு சிறந்த மனிதனாக்கவே முயற்சி செய்து கொண்டிருக்கிறேன். நான் உங்களுக்கு நல்லது செய்யத்தான் இத்தனை கஷ்டமும் படுகிறேன் என்பதை ஏன் நீங்கள் புரிந்து கொள்ளவே மாட்டேன் என்கிறீர்கள்?*

சொல்லி விட்டு அவரை ஒரு படுக்கையில் போட்டு மின்னதிர்ச்சி கொடுக்கிறார். ஆர்த்தோவின் உடல் வலிப்பு வந்தது போல் துடித்துத் துடித்து அடங்குகிறது.

ஃபெர்தியர்: *ஆஹா! ஆஹா! இதைத்தான்... இதைத்தான் எதிர்பார்த்தேன். இப்படி மிஸ்ஸே ஆ(ஹ்)ர்த்தோவின் உடல் அடங்கினால்தான் என் மருத்துவம் வேலை செய்கிறது என்று அர்த்தம். மிஸ்ஸே ஆ(ஹ்)ர்த்தோவுக்கு இருக்கும் கடுமையான மனோவியாதியைக் குணப்படுத்துவதற்கு இன்றைக்கு இருக்கும் மருத்துவத்திலேயே ஆகச் சிறந்தது இதுதான் என்பதை என்னால் உறுதியாகச் சொல்ல முடியும். மிஸ்ஸே ஆ(ஹ்)ர்த்தோ இந்த ரோதேஸ் மனநலக் காப்பகத்துக்கு வந்து மூன்றே ஆண்டுகளில் நாற்பத்தைந்து மின்னதிர்ச்சி கொடுத்தாகி விட்டது. கிட்டத்தட்ட இவரை ஆட்டி அலைக்கழித்துக் கொண்டிருந்த சைத்தான் இவரை விட்டு அகன்று விட்டான். இன்னும் ஐந்து கொடுத்து விட்டால் இவர் நம்மைப் போல் நாகரீக மனிதனாகி விடுவார்.*

(பிரேதத்தைப் போல் கிடந்த ஆர்த்தோ சுடுகாட்டுப் பிரேதம் எழுவதைப் போல் 'ட' வடிவத்தில் எழுகிறார்.

கைகள் தொடைகளில் கிடக்கிறது. பிரேதம் பேசுவது போல் உணர்ச்சியற்ற குரலில் பேசுகிறார்.)

ஆர்த்தோ: என்ன நாகரீகம் உங்கள் நாகரீகம்? நாகரீகம் கலாச்சாரம் பண்பாடு என்றெல்லாம் சொல்லிக் கொண்டு உலகத்தைப் பிணக்காடாகத்தானே மாற்றி வைத்திருக்கிறீர்கள்? ஐயாயிரம் ஆண்டுகளுக்கு முன்னே பெருவெள்ளம் வந்த காலத்திலிருந்தே வாழும் ருராமுரி மக்கள் உங்களுடைய அத்தனை நாகரீகத்தின் மீதும் மூத்திரத்தை அடிக்கிறார்கள், என்னைப் போலவே. உங்கள் அரசு அமைப்பு மீது, உங்கள் குடும்பங்களின் மீது, உங்கள் பள்ளிக்கூடங்கள் மீது, உங்கள் ராணுவத்தின் மீது, உங்கள் மருத்துவமனைகள் மீது, இது போன்ற மனநோய் விடுதிகளின் மீது, உங்கள் வழிபாட்டுத் தலங்கள் மீது, உங்கள் இலக்கியத்தின் மீது, உங்கள் இசையின் மீது, உங்கள் ஓவியத்தின் மீது, உங்கள் சினிமாவின் மீது எல்லாவற்றின் மீதும் அவர்கள் மூத்திரம் அடிக்கிறார்கள்.

அப்படிப்பட்ட ருராமுரி மக்களை உங்களிடம் விட்டால் அவர்கள் ஐம்பதாயிரம் பேரையும் பிடித்து அத்தனை பேருக்கும் மின் அதிர்ச்சி கொடுப்பீர்கள் மிஸ்ஸே ஃபெர்தியர். அதுதான் மேற்கத்திய நாகரீகம் உங்களுக்குக் கற்றுக் கொடுத்திருக்கிறது. (உடம்பில் தீ பட்டு விட்டாற்போல் திடுக்கிட்டு) ஆ! கொடுக்க முடியாது. கொடுக்க முடியாது. அவர்களை நீங்கள் தொட்டாலே உங்கள் உடம்பில் மின்சாரம் பாய்ந்து பிணமாகி விடுவீர்கள். அந்த அளவுக்கு மந்திர சக்தி படைத்தவர்கள் அவர்கள்.

நீண்ட நேர மௌனம். பின்னணியில் தாராஉமாராவின் ஒற்றைப் புல்லாங்குழல் ஒன்றரை நிமிடங்கள் ஒலிக்கிறது.

(மீண்டும்) **ஆர்த்தோ:** என்ன சொன்னேன்? ருராமுரிகளைத் தொட்டாலே நீங்கள் பிணமாகி விடுவீர்கள் என்றா? ம்ஹூம். இல்லை. அவர்களிடம் மந்திர சக்தி இருக்கிறது. ஆனால் ஸ்பானியர்களின் துப்பாக்கி அந்த மந்திர சக்தியை விடவும் பெலம் கூடியதாக இருந்தது. பதினேழாம் நூற்றாண்டு முழுவதுமே ருராமுரி மக்கள் ஸ்பானியர்களின் ஆதிக்கத்தை எதிர்த்துக் கொண்டே இருந்தார்கள். ஸ்பானியர்கள் அங்கே

சுரங்கங்களை அமைத்தார்கள். சில ருராமுரி மக்களை அடிமைகளாகப் பிடித்துக் கொண்டு போனார்கள். ஒரு பகுதி மக்கள் ஸ்பானியர்களின் மதத்தில் சேர்ந்து அவர்களோடு ஐக்கியமானார்கள். ஆனால் பெரும்பகுதி ருராமுரிகள் ஸ்பானியர்களை எதிர்த்தார்கள். மதம் மாற்ற வந்த பாதிரிகளைக் கொன்று போட்டார்கள். ஸ்பானியர்களும் ருராமுரித் தலைவர்களைப் பிடித்துக் கொண்டு போய் கொன்றார்கள். அந்தப் பக்கமும் இந்தப் பக்கமும் மாறி மாறி தலைகள் விழுந்து கொண்டே இருந்தன. என்ன நான் ஐரோப்பியனைப் போல் பேசுகிறேன்? *(கிறீச்சிட்டுக் கத்துகிறார்).* இயற்கையின் பக்கம் அதிக தலைகள் விழுந்தன. எந்திரங்களின் பக்கம் குறைந்த தலைகள் விழுந்தன.

'எங்கள் இனமே உங்கள் எந்திரங்களால் அழிந்தாலும் சரி, உங்களுக்குத் தலை வணங்க மாட்டோம்' என்று சொல்லித் தங்களை பலி கொடுத்துக் கொண்டே இருந்தார்கள் ருராமுரிகள்.

இருள்.

காட்சி 7

இருள் சூழ்ந்த அரங்கில் வெளிச்சம் பரவும்போது உடம்பு பூராவும் வெண்புள்ளிகள் வரைந்த ஆண்களும் பெண்களுமான பதினைந்து நிர்வாண கருப்பு மனிதர்கள் தாராஉமாரா பாடல்களைப் பாடியபடி ஆடிக் கொண்டிருக்கிறார்கள். பின்னணியில் ராணுவ அணி வகுப்பின் குரல் கேட்கிறது.

ஆர்த்தோ: நான் ருராமுரிகளோடு இருந்த காலத்தில் அவர்கள் நிர்வாணமாகத்தான் இருந்தார்கள், இமயமலையில் திரியும் அகோரிகளைப் போல. உறைய வைக்கும் பனியும் கடும் குளிரும் கூட அவர்களை எதுவும் செய்வதில்லை. இப்போது நீங்கள்தான் அவர்கள் உடலில் ஆடைகளைப் போர்த்தி விட்டீருக்கிறீர்கள். இன்னமும் அவர்களிடம் வீடு என்ற விஷயம் அறிமுகமாகவில்லை. இப்போதும் அவர்கள் குகைகளிலும் மலைமுகடுகளிலும்தான் வாழ்கிறார்கள். ஒரே இடத்தில் வாழ்வதில்லை. இடம் மாறிக் கொண்டே இருக்கிறார்கள். ஒவ்வொரு குடும்பமும் வெவ்வேறு இடங்களில் வசிப்பதால் தகவல் தொடர்புக்காகவும், வேட்டைக்காகவும் அவர்கள் ஓடிக் கொண்டே இருந்தார்கள். கொஞ்சம் கூட இடைவெளி விடாமல் தொடர்ந்து ஐந்து நாட்கள் அவர்கள் ஆயிரம் கிலோமீட்டர் ஓடக் கூடியவர்களாக இருக்கிறார்கள்.

அதுவும் கரடுமுரடான, மேடுபள்ளமான மலைப்பாதைகளில் அப்படி ஓடுகிறார்கள். ரூராமுரி என்றாலே அவர்கள் மொழியில் வேகமாக ஓடுபவர்கள் என்றுதான் அர்த்தம். இது எல்லாமே மேற்கத்திய வாழ்க்கை முறைக்கு சவால் அல்லவா?

ஸ்பானியர்களால் ஒருபோதும் ரூராமுரிகளை வெற்றி கொள்ள முடியவில்லை. எந்தப் பாதிரியாலும் அவர்களை மத மாற்றம் செய்ய முடியவில்லை. நானூறு ஆண்டுகள் அவர்கள் ஐரோப்பியரின் நாகரீகத்தையும், கடவுளையும், ஆயுதங்களையும் எதிர்த்துப் போராடினார்கள்.

இருள்

காட்சி 8

அரங்கில் வெளிச்சம் பரவும்போது ஒரு ருராமுரி அவனுடைய பாரம்பரிய உடையில் ஒரு கல்லில் அமர்ந்தபடி பெயிண்ட் அடிக்காத பச்சை மரத்தாலான வயலினை வாசித்துக் கொண்டிருக்கிறான். பிறகு பேச ஆரம்பிக்கிறான்.

ருராமுரி: நானூறு ஆண்டுகளாய் நாங்கள் நடத்திய அத்தனை போராட்டமும் இப்போது முடிவுக்கு வந்து விட்டது நண்பர்களே! ருராமுரிகளாகிய நாங்கள் வாழ்ந்த சியர்ரா மாத்ரே மலைத்தொடர்ச்சியில் தங்கம், செப்பு, வெள்ளி போன்ற உலோகக் கனிமங்கள் பெருமளவு கிடைப்பதால் காடுகள் அழிக்கப்பட்டு விட்டன. மிச்சமுள்ள மரங்களையும் முழுமையாக அழித்து கஞ்சாச் செடிகளைப் பயிரிட்டு வளர்க்கிறார்கள் போதைப் பொருள் கடத்தல்காரர்கள். இந்த சியர்ரா மாத்ரே மலைத்தொடர்ச்சியிலிருந்து 400 கி.மீ. தூரத்தில் இருக்கும் அமெரிக்காவின் எல் பாஸோ நகரத்துக்கு நாங்கள் இரண்டே தினங்களில் ஓடக் கூடியவர்கள் என்பதால் போதை மாஃபியா எங்களை போதைப் பொருள் கடத்துவதற்குக் கட்டாயப்படுத்துகிறது. எதிர்த்தால் எங்களைக் கடத்திச் சென்று சித்ரவதை செய்கிறார்கள். இதற்கு பயந்து கொண்டு எங்களில் பலர் நகரங்களுக்குச் சென்று பிச்சையெடுக்கிறார்கள். சிலர் போதைப் பொருள் கடத்துகிறார்கள். இதற்கு இடையில் கடந்த மூன்று ஆண்டுகளாக மழை பெய்யவில்லை. என்ன

செய்வதென்று தெரியவில்லை. ஒரு வீட்டில் உணவு இல்லை என்றால், ஐம்பது கிலோமீட்டர் தூரத்தில் இருக்கும் இன்னொரு வீட்டுக்கு ஓடிப் போய் உணவு கேட்போம். கொடுப்பார்கள். கொடுக்க வேண்டியது அவர்கள் கடமை. ஆனால் இப்போது யார் வீட்டிலும் சோளம் இல்லை. கடைசியில் விதைச் சோளத்தை எடுத்துத் தின்ன வேண்டிய நிலை. இந்த ஆண்டும் நான்காவது ஆண்டாக மழை இல்லை. இப்போது விதைச் சோளமும் தீர்ந்து விட்டது. ஆனால், நோவாவின் பெருவெள்ள காலத்திலிருந்து இந்த மலைத் தொடர்ச்சியில் வாழ்ந்து வரும் நாங்கள் இப்போது இந்த இடத்தை விட்டு ஓடிக் கொண்டிருப்பதற்குக் காரணம் இது அல்ல. ஒரு நாளில் இருநூறு கிலோமீட்டர் என்று ஐந்து நாளில் ஆயிரம் கிலோமீட்டர் தூரத்தை உணவில்லாமல், நீர் கூட அருந்தாமல், இடையில் ஓய்வு எடுக்காமல் ஓடக் கூடிய நாங்கள் உடலின் சாத்தியங்களை மீறியவர்கள்தானே?

Pause - தாராஉமாராவின் ஒற்றைப் புல்லாங்குழல் இசை

(மீண்டும்) **ருராமுரி:** பசியோ பட்டினியோ மரணமோ எங்களை எதுவும் செய்ய இயலாது. ஏழாயிரம் ஆண்டு பாரம்பரியம் கொண்ட ருராமுரிகளாகிய நாங்கள் இன்று பிச்சைக்காரர்களாகவும், போதைப் பொருள் கடத்துபவர்களாகவும் மாறியிருக்கிறோம் என்ற எதார்த்தம் அமெரிக்காவிலிருந்து எங்களைக் காண வரும் டூரிஸ்டுகளுக்குப் பெரும் துக்கத்தை அளிக்கிறது.

ஆனால் நாங்கள் உங்களுடைய நாகரீகத்துக்கும், மதிப்பீடுகளுக்கும் அப்பால் வாழ்பவர்கள். எங்கள் உலகில் எதுவுமே வீழ்ச்சி அல்ல. எங்களுக்கு மரணம் கிடையாது. ஏனென்றால், எங்களுக்கு வாழ்வும் மரணமும் ஒன்றுதான். ஆனாலும் ஏன் இந்த நிலத்திலிருந்து கிளம்புகிறோம்? இந்த நிலம் தன் ஆன்மாவை இழந்து விட்டது. ஆன்மாவின் மரணம்தான் எங்களின் வீழ்ச்சி. இயற்கைக்கு மரணம் நேர்ந்து விட்டது. காடுகளை வெட்டி வீழ்த்தி விட்டீர்கள். உணவுப் பயிர்களை அழித்து விட்டு போதைச் செடிகளைப்

பயிரிட்டீர்கள். எங்களுக்கு வாழ்க்கையே போதை. ஓடுவது போதை. இசை போதை. ஆனால் நீங்களோ போதையை மாத்திரைகளிலும் ஊசிகளிலும் தேடுகிறீர்கள். இயற்கைதான் ருராமுரி. இயற்கை மரணித்த பிறகு ருராமுரி இங்கே எப்படி வாழ்வான்? மழை பொய்த்ததும் இந்தக் காரணத்தினால்தான். மழையில்லாததால் ருராமுரிகள் சியர்ரா மாத்ரேயிலிருந்து ஓடுவதாக அமெரிக்க டூரிஸ்டுகள் சொல்கிறார்கள். இல்லை. இயற்கையின் மரணத்தை எங்கள் ஆன்மாவின் மரணமாகக் காண்கிறோம். அதனால்தான் இங்கிருந்து ஓடுகிறோம்.

இதையெல்லாம் மீறி இங்கேயே சில பேர் தங்கி விட்டோம். என்னை எடுத்துக் கொண்டால், எனக்குப் பசியெடுத்தால் எப்போதாவது நகரத்துக்குப் போவேன். இந்தக் கருவியை வாசித்தால் பணம் தருகிறார்கள். எங்கள் சமூகத்தில் பணம் என்ற காகிதமே இருந்ததில்லை. காகிதத்தை வைத்துக் கொண்டு காட்டில் என்ன செய்வது? சோளம் கிடைக்குமா? மழையை வரச் செய்ய முடியுமா? அழிந்து போன காடுகளைத் திரும்பக் கொண்டு வர இயலுமா? ஆனால் நகரங்களில் இந்தக் காகிதத்துக்கு மதிப்பு இருக்கிறது. இதை வைத்து சோளம் வாங்க முடிகிறது. அப்படித்தான் சோளத்தை வாங்கிக் கொண்டு என் மலைக்குத் திரும்புகிறேன். 500 கிலோமீட்டர் தூரம்தான். என் தந்தையும் பாட்டனும் இதை மூன்றே தினங்களில் ஓடினார்கள். எனக்கு அத்தனை பெலம் இல்லை. எனக்கு நான்கு தினம் ஆகிறது.

ஓடுவது எத்தனை மகிழ்ச்சியானது தெரியுமா? ஓடுவது மட்டும் அல்ல, வாழ்க்கையே மகிழ்ச்சியானதுதான். இந்த இசை. எங்கள் வீடு. என் மனைவி. மகள். எங்கள் மலை. எங்கள் ஆடுகள். இந்த சோளம். மழை பெய்தால் இன்னும் மகிழ்ச்சியாக இருக்கும். இப்போது மகிழ்ச்சியில் கொஞ்சம் குறைகிறது. ஆனாலும் மகிழ்ச்சி மகிழ்ச்சிதானே?

மீண்டும் வயலினை இசைக்கிறான்.

இருள்

காட்சி 9

ஆர்த்தோ: *மிஸ்ஸே ஃபெர்தியர், வீடு என்ற வார்த்தை என் செவிகளில் விழுந்தது. அந்த வார்த்தையைக் கேட்டாலே எனக்குக் கொலைவெறி உண்டாகிறது. குகைகளில் வாழ்ந்த நராமுரிகளே வீடு கட்ட ஆரம்பித்து விட்டார்கள் என்றால், அப்புறம் என்னை ஏன் வீடு வீடு என்று சொல்லித் துன்புறுத்த மாட்டீர்கள்? ஃப்ரான்ஸில் உள்ள முக்கியமான புத்திஜீவிகளும் ஓவியர்களும் கவிஞர்களும் முயற்சி செய்தும் என்னை ஏன் இந்த நரகத்திலிருந்து விடுவிக்க முடியவில்லை? எனக்கு வீடு இல்லை. குடும்பம் இல்லை. என் அன்னையோ உற்றமோ சுற்றமோ என் உணவுக்கும் இருப்பிடத்துக்கும் உத்தரவாதம் தந்தால் என்னை விட்டு விடுவீர்கள், இல்லையா?*

(குரல் மாறுகிறது. ரோபோ போன்ற குரலில் பேசத் துவங்குகிறார் ஆர்த்தோ)

அந்த்தோனின் ஆர்த்தோவாகிய நான் 1896ஆம் ஆண்டு செப்டம்பர் நான்காம் தேதி மெர்ஸேலில் ஒரு பெண்ணின் கர்ப்பப்பையிலிருந்து பிறந்தேன். அந்த கர்ப்பப்பைக்கும் எனக்கும் அதற்கு முன்போ பின்போ எந்த சம்பந்தமும் இருந்ததில்லை. உபநிஷத்துக்கள் சொல்வதைப் போலே...

ஆகவே எனக்கு தாயோ தந்தையோ உற்றமோ சுற்றமோ யாரும் கிடையாது. எனக்கு சரீரம் கூடக் கிடையாது. நான் யேசு கிறிஸ்துவைப் போல் சரீரமில்லாமல் சாஸ்வதமாக வாழப் போகிறேன்.

கோமாளி: *(இளித்துக் கொண்டே குறுக்கிடுகிறான்)* மன்னியுங்கள் மிஸ்ஸே ஆ(ஹ்)ர்த்தோ. நீங்களே பேசிக் கொண்டிருந்தால் இந்த நாடகம் ஏதோ soliloquy மாதிரி ஆகி விட வாய்ப்பு இருக்கிறது. நாடகத்தின் மற்ற பாத்திரங்களும் பேசுவதற்கு ஆசைப்படுகின்றன.

(எல்லா பாத்திரங்களும் ஒருமித்த குரலில் கோரஸாகப் பாடுவது போல்): ஆமாம், ஆமாம், எங்களுக்கும் வாய்ப்பு வேண்டும். எங்களுக்கும் வாய்ப்பு வேண்டும்.

வாய்ப்பு வேண்டும். வாய்ப்பு வேண்டும். எங்களுக்கும் வாய்ப்பு வேண்டும்.

வாய்ப்பு வேண்டும். வாய்ப்பு வேண்டும். எங்களுக்கும் வாய்ப்பு வேண்டும்.

அரங்கத்தில் எல்லா பாத்திரங்களும் சேர்ந்து அமளியில் ஈடுபடுகின்றன. பார்வையாளர்களிலிருந்து சிலர் எழுந்து போய் கலாட்டாவில் கலந்து கொள்கிறார்கள்.

அப்போது எல்லா அமளியையும் அடக்கும் விதத்தில் ஒரு தாராஉமாரா இசை ஒலிக்கிறது. அமளி அடங்குகிறது.

ஆர்த்தோவின் அலறல். மேடையில் இருள். ஆர்த்தோவின் உடல் மீது மட்டும் ஒளி. இப்போது அவர் மின்னதிர்ச்சி கொடுக்கும் மேஜையில் 'ட' வடிவில் அமர்ந்திருக்கிறார்.

ஆர்த்தோ *(அவரது வழக்கமான, உணர்ச்சிபூர்வமான, உரத்த குரலில் பேசுகிறார்):* ஒவ்வொரு முறை எனக்கு மின்னதிர்ச்சி கொடுக்கும்போதும் எனக்குத் தற்கொலை செய்து கொள்ள வேண்டும் போல் இருக்கிறது. ஏனென்றால், எனக்கு மின்னதிர்ச்சி கொடுக்கும் மருத்துவரை என்னால் கொல்ல முடியாத நிலையில் இருக்கிறேன்...

வெறி வந்தது போல் தொடர்ந்து கத்துகிறார் ஆர்த்தோ.

ஆரம்பத்தில் வந்த கோமாளி அரங்கத்தில் நாலு காலால் தவழ்ந்து வந்து ஆர்த்தோவின் அருகில் பீதியடைந்து நின்று கொண்டிருக்கும் ஃபெர்தியரைப் பார்த்து இளித்துக் கொண்டே சொல்கிறான்.

கோமாளி: மிஸ்ஸே ஃபெர்தியர்... Isidore Isou சொன்னது போல 'ஒட்டு மொத்த மனித வரலாற்றிலேயே மிகப் பெரிய கிரிமினல்களில் நீரும் ஒருவர், நீர் நாஜி ஐக்மனுக்குச் சிறிதும் குறைந்தவர் அல்ல'. உமக்கு நான் மரண தண்டனை விதிக்கிறேன். இப்போது நான் உம்மைக் கொல்லப் போகிறேன். அதன் காரணமாக இந்த நாடகத்தில் எனக்குக் கொடுக்கப்பட்டுள்ள கோமாளி வேடத்தை இப்போது களைகிறேன்.

தன் வேடத்தைக் கலைத்து, பேய் போன்ற ஒரு முகமூடியை அணிந்து கொள்கிறான். "எங்கே என் உதவியாளர்கள்?" என்று அலறுகிறான். பேய் முகமூடி அணிந்த நான்கு பேர் ஓடி வருகிறார்கள். பீதி அடைந்து "அநீதி, அநீதி" என்று கத்தும் ஃபெர்தியர் பயந்த குரலில் சொல்கிறார்.

ஃபெர்தியர்: மாண்புமிகு கோமாளி அவர்களே! இப்போது நீங்கள் வேடம் களைந்திருந்தாலும் எனக்குத் தாங்கள் கோமாளிதான். என்னைக் கொல்வதற்கு முன்பு நான் சொல்வதைக் கொஞ்சம் கேளுங்கள். மரண தண்டனை விதிக்கப்பட்டவர்களுக்கும் கடைசியாகப் பேச உரிமை இருக்கிறது அல்லவா? நான் ஒன்றும் மிஸ்ஸே ஆ(ஹ்)ர்த்தோவுக்கு சாதாரணமாக மின்னதிர்ச்சி கொடுத்து விடவில்லை. அவர் ஒரு கற்பனை உலகில் இருந்தார். அதாவது, இந்த உலகத்தை மாற்றி அமைக்கப் போகும் மிஸ்ஸே ஆ(ஹ்)ர்த்தோவுக்கு எதிராகப் பல துர்த்தேவதைகள் வன்முறையில் இறங்கி அவரது நெருங்கிய நண்பர்கள் அத்தனை பேரையும் கொன்று விட்டன. இப்போது இருப்பவர்களெல்லாம் அந்தந்த உடல்களில் இருக்கும் துர்த்தேவதைகள்! நேற்று இவரைப் பார்க்க வந்த ஆந்த்ரே ப்ரத்தோனைப் பார்த்து "நீ ப்ரத்தோன் அல்ல; ப்ரத்தோன் ஏற்கனவே இறந்து விட்டார். நீ என்னை அழிக்க வந்துள்ள துர்தேவதை. ப்ரத்தோனின்

உடம்பில் புகுந்து கொண்டிருக்கிறாய்" என்று கத்தி கலாட்டா செய்து "இனிமேல் நீ என்னைப் பார்க்க வரக் கூடாது, மீறி வந்தால் என்னுடைய மந்திரத்தால் உன்னை அழித்து விடுவேன்" என்கிறார். இதற்குப் பெயர் மனநல மருத்துவத்தில் hallucinatory psychosis. அதை குணப்படுத்துவதற்காகவே நான் இவருக்கு மின்னதிர்ச்சி கொடுத்தேன். இப்போதைய நிலையில் மிஸ்ஸே ஆ(ஹ்)ர்த்தோ வன்முறைக்கு வழிவகுக்கும் ஒரு சமூக விரோதி. சமூக ஒழுங்குக்கும், மற்றவர்களின் உயிருக்கும் அச்சுறுத்தலாக இருக்கக் கூடியவர். மேலும், என்னைப் போன்ற மனநல மருத்துவர்களின் நிலை மிகவும் சிக்கலானது. மிஸ்ஸே ஆ(ஹ்)ர்த்தோவின் நலன் கருதி மின்னதிர்ச்சி கொடுத்தால் என்னை ஐக்மன் என்கிறீர்கள். அப்படிச் செய்யாமல் இவரை வெளியே விட்டு, இவர் சிலரைக் கொலை செய்தால் அப்போதும் என்னைத் திட்டுவீர்கள். தயவுசெய்து என்னை விட்டு விடுங்கள். ஃபெர்தியராக நான் நிஜ வாழ்வில் கொல்லப்பட்டு சாகவில்லை. என் கடைசி நாள் வரை மனநல மருத்துவராகவே இருந்து இயற்கையாகத்தான் செத்தேன். இப்போது உங்கள் இயக்குனர் பரபரப்புக்காக நிஜத்தைத் திரித்து என்னைக் கொன்றால், நீங்களெல்லாம் இந்த முட்டாள் பார்வையாளர்களிடமிருந்து கைதட்டல் பெறலாம். ஆனால் இந்த நாடகத்தை இதன் ஆசிரியர் புத்தகமாக வெளியிடும்போது வரலாற்றைத் திரிக்கிறார் என்று சொல்லிப் பதிப்பாளர் இதைக் குப்பையிலே போட்டு விடுவார். என் உயிருக்குப் பயந்து அல்ல, ஒரு நல்ல நாடகம் குப்பைக்குப் போக வேண்டாமே என்ற நல்லெண்ணத்திலும்தான் நான் இதைச் சொல்கிறேன்.

கோமாளி: இதோ பாரும் மனநல மருத்துவரே... நீர் என்ன வேண்டுமானாலும் சப்பைக்கட்டுக் கட்டலாம். சமூகத்தால் தொடர்ந்து சூத்தடிக்கப்பட்ட ஒரு கவிஞனுக்கு அவனுடைய விருப்பத்துக்கு மீறி மூன்று ஆண்டுகளில் ஐம்பத்தோரு மின்னதிர்ச்சி கொடுப்பது எந்த விதத்தில் நியாயம்? உம்மை ஏன் நான் ஐக்மனோடு ஒப்பிடக் கூடாது? என்னய்யா சூத்து என்ற வார்த்தையைக் கேட்டதும் உம் முகம் சுளிக்கிறது? நீரே ஒரு ஆபாசக் கவிஞன் என்று பேர் வாங்கினவர்தானே? உமக்கு என்ன கேடு?

ரோதேஸுக்கு வருவதற்கு முன்பு மிஸ்ஸே ஆ(ஹ்)ர்த்தோ நான்கு மனநோய் விடுதிகளில் அடைக்கப்பட்டார். ஒவ்வொரு முறை மருத்துவமனை மாறும்போதும் அவரை ஸ்ட்ரைட் ஜாக்கெட்டில் அடைத்தே எடுத்துக் கொண்டு போயிருக்கிறார்கள். பட்டினி போட்டுக் கொன்றதில் அவர் வாயில் இருபத்து நான்கு பற்கள் போய் விட்டன. இப்போது எஞ்சி இருப்பது எட்டே பற்கள். அவர் பேசினால் காற்றுதான் வருகிறது. எந்த அளவுக்கு அவரை சூத்தடித்து இருக்கிறீர்கள் பாருங்கள், உங்களையெல்லாம் சுட்டுக் கொல்ல வேண்டாமா? இல்லை இல்லை, சுட்டுக் கொல்வது உங்களுக்குத் தரும் பரிசு. உங்களைப் போன்றவர்களை அணுஅணுவாகக் கொல்ல வேண்டும்.

ஃபெர்தியர்: ஐயோ, அப்படிச் சொல்லாதீர்கள் மிஸ்ஸே ஜோக்கர். ரோதேஸுக்கு அவர் வரும்போதே அவருக்கு எட்டு பற்கள்தான் இருந்தன. இங்கே வந்து அவருக்கு ஒரு பல் கூட விழல்லை. அந்த அளவுக்கு நான் அவருடைய ஆரோக்கியமான பற்களுக்கு உத்தரவாதம் தந்திருக்கிறேன். அது மட்டும் அல்ல, அவரிடம் மிச்சமிருந்த எட்டு பற்களையாவது காப்பாற்றிக் கொள்ளட்டுமே என்ற நல்லெண்ணத்தில் அவருக்குப் பற்பசையும் ப்ரஷ்ஷும் கூட வாங்கித் தந்தேன்.

கோமாளி: உம்மை நான் கழுத்தை நெறித்துக் கொலை செய்வதற்குள் வாயை மூடி விடும் மனநல மருத்துவரே! *(Pause)* உமக்கு ஒன்று தெரியுமா? மனநோய் விடுதிகளில் அடைக்கப்படுவதற்கு முன்பு மிஸ்ஸே ஆ(ஹ்)ர்த்தோ பாரிஸின் தெருவோரத்து நடைபாதைகளில் தூங்கி மொந்த்பர்னாஸ் தெருக்களில் பிச்சை எடுத்திருக்கிறார். ரொட்டிக்கு வழியில்லை. தங்கவும் இடமில்லை. அந்த அளவுக்கு அவரை பாரிஸில் வைத்து சூத்தடித்திருக்கிறீர்கள். மார்க்கி தெ ஸாதை என்ன செய்தீர்களோ, நெர்வாலை என்ன செய்தீர்களோ அதையேதான் மிஸ்ஸே ஆ(ஹ்)ர்த்தோவுக்கும் செய்தீர்கள். அவரைக் கண்டு பயந்து அவரை மனநோய் விடுதியில் போட்டு அவருக்கும் சமூகத்துக்குமான கதவை அடைத்தீர்கள். அவர் உங்கள்

தேசத்தையும், சமூகத்தையும், ஒட்டு மொத்த ஐரோப்பாவையும் தன்னுடைய சரீரத்தைக் கொண்டே எதிர்த்தார். மெலிந்து கிடந்த அந்த சரீரத்திலிருந்து கிளம்பிய அலறலைக் கண்டு அத்தனை பேரும் பயந்தீர்கள். அதனால்தான் அந்தக் கிளர்ச்சியாளனின் சரீரத்தை மின்னதிர்ச்சி கொடுத்து சிதைத்தீர்கள். அதுவும் மயக்க மருந்து கூடக் கொடுக்காமல்! மயக்க மருந்து கூடக் கொடுக்காமல் ஒரு கலைஞனுக்கு எப்படி ஐயா ஐம்பத்தோரு மின்னதிர்ச்சி கொடுத்தீர்? அதிலும் எப்படி? ஜூன் 1943இலிருந்து டிசம்பர் 1944க்குள் - பதினெட்டு மாதங்களில் ஐம்பத்தோரு மின்னதிர்ச்சி! கிட்டத்தட்ட மாதத்துக்கு மூன்று!!! இல்லை, கணக்குத் தப்பு. சில சமயங்களில் மாதக் கணக்கில் மிஸ்ஸே ஆ(ஹ்)ர்த்தோவினால் உடம்பை அசைக்கக் கூட முடியாமல் படுக்கையிலேயே கிடந்திருக்கிறார். அப்படிப்பட்ட சமயங்களில் மின்னதிர்ச்சி கொடுக்கப்படவில்லை. ஆக, எப்போதெல்லாம் அவர் நடமாடக் கூடிய நிலையில் இருந்தாரோ அப்போதெல்லாம் பிடித்து அவருக்கு மின்னதிர்ச்சி கொடுத்திருக்கிறீர்கள். உதாரணமாக, 1943இல் அக்டோபர் இறுதியிலிருந்து நவம்பர் இறுதி வரை ஒரே மாதத்தில் பன்னிரண்டு மின்னதிர்ச்சி! ஒரே மாதத்தில் பன்னிரண்டு மின்னதிர்ச்சி என்றால், ஒரு நாள் விட்டு ஒருநாள் என்று ஆகிறது! அதேபோல் 1944இல் மே 23ஆம் தேதியிலிருந்து ஜூன் 10 வரை பத்தொன்பது நாட்களில் பன்னிரண்டு மின்னதிர்ச்சி. அதே ஆண்டு ஆகஸ்டில் இன்னொரு பன்னிரண்டு. அதே ஆண்டு டிசம்பரில் பன்னிரண்டு. அதுதான் மிஸ்ஸே ஆ(ஹ்)ர்த்தோவுக்குக் கொடுத்த கடைசி மின்னதிர்ச்சி.

1944 டிசம்பரில் கொடுத்த மின்னதிர்ச்சியே கடைசி மின்னதிர்ச்சியாக அமைந்தது எப்படி என்று உமக்கு ஞாபகம் இருக்கிறதா? "இனிமேல் எனக்கு மின்னதிர்ச்சி கொடுத்தால் உம்முடைய குரல்வளையை நெறித்துக் கொன்று விடப் போகிறேன்" என்று மிஸ்ஸே ஆ(ஹ்)ர்த்தோ உம்மை மிரட்டினார். அவர் சொல்வதை செய்யக் கூடியவர் என்பதால் நீர் மின்னதிர்ச்சி கொடுப்பதை நிறுத்தினீர். இல்லாவிட்டால் நூறு மின்னதிர்ச்சி கொடுத்து ஆளை ரோதேஸிலேயே

புதைத்திருப்பீர். ஃப்ரெஞ்ச் சமூகத்தை அப்படிப்பட்ட சமூக விரோதிகளிடமிருந்து பாதுகாப்பதுதானே உமது கடமை?

தாராஉமாரா இசை

எதையோ யோசிப்பது போல் பாவனை செய்து விட்டு மீண்டும் பேச ஆரம்பிக்கிறான் **கோமாளி:** ரோதேஸா அல்லது வேறு மனநோய் விடுதியா, எது என்று எனக்கு ஞாபகம் இல்லை. அப்போது ஃப்ரான்ஸ் நாஜிகளின் ஆக்ரமிப்பில் இருக்கிறது. மனநோய் விடுதிகளுக்கு வழங்கப்படும் உணவுப் பொருட்கள் பெருமளவு குறைந்து விட்டன. மிஸ்ஸே ஆ(ஹ்)ர்த்தோ குணப்படுத்தவே முடியாத மனநோயாளி என்று உலகத்தின் நம்பர் ஒன் உளவியல் சிந்தனையாளர் லக்கான் சொல்லி விட்டார். அதனால் இந்த ஆர்த்தோவை ஹிட்லரின் வதைமுகாமுக்கே அனுப்பி விட்டால் என்ன? அவரை அங்கே அனுப்பி விட்டால் அவருடைய ரேஷன் இங்கே மனநோய் விடுதியில் இருக்கும் இன்னொருவருக்காவது கிடைக்கும் அல்லவா?

இப்படிப் போயிருக்கிறது மனநல மருத்துவரின் சிந்தனை. அது மட்டுமல்ல மிஸ்ஸே ஃபெர்னியர்... நீர் தமிழ் சினிமா வில்லன்களை விடக் கொடூரமானவராய் நடந்திருக்கிறீர். மிஸ்ஸே ஆ(ஹ்)ர்த்தோ ரோதேஸிலிருந்து எழுதிய கடிதங்கள் பிரசுரம் ஆகின்றன. சரியா? அதற்கான ராயல்டி தொகை வந்த போது அதையும் அமுக்கி உம்முடைய பாக்கெட்டுக்குள் போட்டுக் கொள்ளப் பார்த்தீர்? உண்டா இல்லையா? கேட்டால் மிஸ்ஸே ஆ(ஹ்)ர்த்தோ ரோதேஸ் விடுதியில் தங்கியிருந்ததன் செலவு என்றீர்? அவர் என்ன அவருடைய விருப்பத்தின் பேரிலா ரோதேஸில் தங்கினார்? நீங்கள் அல்லவா அவரைச் சிறைப்படுத்தி வைத்திருந்தீர்கள்?

பார்வையாளர்களை நடுங்கச் செய்யும் அளவுக்கு கோமாளி அலறுகிறான்.

மேடையில் இருள் சூழ்கிறது. பின்னணியில் To have done with the judgement of god நாடகத்தில் வரும் ஆர்த்தோவின்

குரல் அரை நிமிட அளவு ஒலிக்கிறது. அதைத் தொடர்ந்து பேய்களின் கோரஸ்.

கோரஸ் முடிந்து ஒளி பரவுகிறது.

கோமாளி: மனநோயாளிகளுக்கு மின்னதிர்ச்சி கொடுக்கும் முறை மிஸ்ஸே ஆ(ஹ்)ர்த்தோவின் காலத்துக்கு முன்னால் பயன்பாட்டில் இல்லை. 1943இல் மிஸ்ஸே ஆ(ஹ்)ர்த்தோ உம்முடைய ரோதேஸ் மனநோய் வதைமுகாமுக்கு வருகின்ற போதுதான் முதல்முதலாக அறிமுகமாகிறது. அதுவும் எப்படி? பன்றிக் கறியைத் தின்பதற்காக பன்றியைக் கொல்கிறீர்கள் அல்லவா? பன்றியைக் கொல்வதைப் பார்த்திருக்கிறீரா டாக்டர் ஃபெர்தியர்? ஊரே கிடுகிடுத்துப் போகும் அளவுக்குக் கத்தும். வேறு எந்த மிருகமும் அப்படிக் கத்தி ரகளை செய்யும் என்று எனக்குத் தோன்றவில்லை. அப்போது அது செய்யும் ரகளையைக் குறைப்பதற்காக அதன் மண்டையில் மயக்க ஊசி போட்டார்கள். மயக்க ஊசி போட்டால் பன்றியை சுலபமாகக் கொல்ல முடிந்தது. அத்தனை ரகளை இல்லை. அதிலிருந்துதான் மனிதர்களுக்கும் மயக்க ஊசியைப் போட்டுப் பார்க்க ஆரம்பித்தார்கள். அப்படி உமக்குக் கிடைத்த சோதனைப் பன்றிதான் மிஸ்ஸே ஆ(ஹ்)ர்த்தோ!

ம்ம்ம்... *(பார்வையாளர்களைப் பார்த்து)* மை டியர் பிரதர்ஸ் அண்ட் சிஸ்டர்ஸ்... *(கை தட்டல் ஆரம்பிக்கிறது)* என்ன பார்வையாளர்களே, விவேகானந்தர் சொன்ன போது ஆரம்பித்த கைதட்டலை இன்னுமா நிறுத்தவில்லை?

ஆகாயமே தெறித்து விழும் அளவுக்குக் கத்துகிறான்.

கோமாளி: அந்த்தோனின் ஆர்த்தோ என்ற கலைஞனுக்கு மயக்க மருந்து கூடக் கொடுக்காமல் ஐம்பத்தோரு மின்னதிர்ச்சி கொடுத்த இந்த மனநோய் மருத்துவனுக்கு என்ன தண்டனை கொடுக்கலாம்?

ஒரு பார்வையாளர்: மரண தண்டனைதான் கொடுக்க வேண்டும். ஆனால் சென்ற வாரம்தான் மரண தண்டனை ஒழிப்புக்கான மகஜரில் நான் கையெழுத்திட்டிருக்கிறேன்.

அதனால் ஆயுள் தண்டனை கொடுக்கலாம்.

கோமாளி: இந்த நாடகம் ஒன்றும் ஜனநாயக நாட்டில் நடக்கவில்லை. இங்கே... இந்த மேடையில்... இந்தத் தருணத்தில்... நான் வைத்ததுதான் சட்டம். எதற்கும் இருக்கட்டுமே என்றுதான் பார்வையாளர்களாகிய உங்களையும் ஒரு வார்த்தை கேட்டேன். *(சிறிது நேர மௌனம்)* நான் பேசுவது இயக்குனருக்குப் பிடிக்காவிட்டால் இந்த நாடகத்தை அடுத்த முறை மேடையேற்றும்போது வேறு ஆளை கோமாளியாகப் போட்டுக் கொள்ளட்டும். ஆனால் ஒன்று, நாடகாசிரியர் எழுதியதை இயக்குனர் மீறினார். ஆதலால் இயக்குனர் சொன்னதை கோமாளியாகிய நான் மீறுவதில் தப்பு இல்லை. ஆனால் இனிமேலும் நான் கோமாளியாக இருக்கப் போவதில்லை. இந்த நிமிடத்திலிருந்து நான் நீதிபதி.

மை டியர் பிரதர்ஸ் அண்ட் சிஸ்டர்ஸ்... *(ஒரே ஒரு ஆள் கை தட்டுகிறார். கோமாளி சூ என்று பூனையை விரட்டுவது போல் மிரட்டியதும் கை தட்டல் சட்டென்று நிற்கிறது.)* ஒரு மனிதனுக்கு மின்னதிர்ச்சி கொடுப்பது என்றால் என்ன என்பதை நீங்கள் பார்த்தீர்கள். ஆசாமியை ஒரு மேஜையில் போட்டு கைகளையும் கால்களையும் மேஜையோடு சேர்த்துக் கட்டுகிறார்கள். இல்லாவிட்டால் காலையும் கையையும் உதைத்து உதைத்து எலும்பு முறிந்து விடும். வாய்க்குள் ரப்பரைச் செருகுகிறார்கள். இல்லாவிட்டால் நாக்கைக் கடித்து நாக்கு போய் விடும். பிறகு எலெக்ட்ராடுகளை அந்த மனிதனின் நெற்றிப் பொட்டில் வைத்து மின்சாரத்தைப் பாய்ச்சுகிறார்கள். *(குரலை மாற்றி சப்தமாக)* அடேய் மூடர்களே, இதை விட ஒரு மனிதனின் தலையை சுத்தியலால் அடித்துக் கொல்லலாமேடா...

மூன்றாவது மின்னதிர்ச்சிக்குப் பிறகு மிஸ்ஸே ஆ(ஹ்)ர்த்தோவினால் நடக்கவே முடியாமல் போனது. இரண்டு மாதங்கள் ஒருசிறிதும் நகர முடியாமல் படுக்கையிலேயே கிடக்கிறார். முள்ளந்தண்டில் ஒன்று உடைந்து விட்டது. பொதுவாக மின்னதிர்ச்சி கொடுத்தால் அதிக பட்சம் கால் மணியிலிருந்து அரை மணி நேரத்தில் நோயாளிக்குப் பிரக்ஞை

திரும்பும். ஆனால் நான்காவது மின்னதிர்ச்சியில் மிஸ்ஸே ஆ(ஹ்)ர்த்தோவுக்கு முக்கால் மணி நேரம் ஆகியும் பிரக்ஞை திரும்பவில்லை. டேய் பன்றிக்குப் பிறந்த ஃபெர்தியர்... நீ என்ன செய்தாய், ஞாபகம் இருக்கிறதா? மிஸ்ஸே ஆ(ஹ்)ர்த்தோவின் 'பிரேதத்தை' பிணவறைக்குக் கொண்டு சென்று விடும்படி சொன்னாய்!!! ஆனால், மிஸ்ஸே ஆ(ஹ்)ர்த்தோ ஃப்ரான்ஸ் தேசத்தை இன்னும் கொஞ்சம் ஆட்டிப் படைக்கும்படி விதிக்கப்பட்டிருந்தது. அதனாலோ என்னவோ, பிரேத அறையில் அவருக்குப் பிரக்ஞை திரும்பி விட்டது.

அன்றைய தினம் உன் காலில் விழுந்து கதறி அழுவது போல் மிஸ்ஸே ஆ(ஹ்)ர்த்தோ உனக்கு ஒரு கடிதம் எழுதினார்.

பின்னணியில் ஆர்த்தோவின் குரல்:

தயவுசெய்து தயவுசெய்து தயவுசெய்து எனக்கு மின்னதிர்ச்சி கொடுக்காதீர்கள் எனதருமை நண்பரே! என்னைப் பிடித்திருந்த துர்த்தேவதைகள் என்னை விட்டு அகன்று விட்டன. அதனால் அது பற்றித் தாங்கள் இம்மியளவும் கவலை கொள்ள வேண்டாம். இனிமேற்கொண்டு என் நடவடிக்கைகள் மிகவும் இயல்பாகவே இருக்கும் என்று நான் உறுதி தருகிறேன். நீங்கள் கொடுத்த மின்னதிர்ச்சியினால் என் முதுகெலும்பு உடைந்து விட்டது. எனக்கு மின்னதிர்ச்சி கொடுக்கும் தங்கள் உதவியாளர் லாத்ரமொலியே மிகவும் அற்புதமான மனிதர். பிரபஞ்ச ரகசியங்களைக் குறித்து அவரும் நானும் நீண்ட நேரம் பேசுவது வழக்கம். ஆனால் அவர் என்ன செய்வார்? தங்களின் உத்தரவை நிறைவேற்றுகிறார். அவ்வளவுதான். எனவே, தயவுசெய்து தயவுசெய்து தயவுசெய்து எனக்குக் கொடுக்கும் மின்னதிர்ச்சியை நிறுத்திக் கொள்ளும்படி தங்களை மன்றாடிக் கெஞ்சிக் கேட்டுக் கொள்கிறேன்.

கோமாளி: டேய் பன்றிக்குப் பிறந்தவனே, பன்றிக்குப் பிறந்தவனே, பன்றிக்குப் பிறந்தவனே, நாஜித் தேவடியாள் மகனே, அந்தக் கடிதத்துக்குப் பிறகும் நீ மிஸ்ஸே ஆ(ர்)த்தோவுக்கு நாற்பத்தேழு மின்னதிர்ச்சி கொடுத்தாய்...

மேடை அதிர்கிறாற்போல் குதிக்கிறான் கோமாளி. சுழன்று சுழன்று ஆடுகிறான். மேடையில் சூறாவளி புகுந்தது போல் பெருங்குரலெடுத்துக் கத்துகிறான்.

(பின்னணி இசை அதற்குத் தகுந்தாற்போல் இடி முழக்கம் போல் கதறுகிறது.)

(சட்டென்று கீச்சுக் குரலுக்கு மாறி கத்துகிறான்) டேய் ஃபெர்தியர்... மிஸ்ஸே ஆ(ஹ்)ர்த்தோ அவர் கடிதத்தில் குறிப்பிடும் உன் உதவியாளன் லாத்ரமொலியே தன் அனுபவங்களைப் புத்தகமாக எழுதியிருக்கிறான். அதையாவது நீ படித்திருக்கிறாயா? அவன் மொத்தமாக 1200 மின்னதிர்ச்சி கொடுத்திருக்கிறான். அத்தனை மின்னதிர்ச்சி கொடுத்தால் ஒரு மனிதன் என்ன ஆவான்? அதேதான் அவனுக்கும் ஆனது. ஆமாம், அவனுக்கும் பைத்தியம் பிடித்து விட்டதடா வேசி மகனே!

இதற்கெல்லாம் உன்னை என்ன செய்யலாம்? உன்னையும் ஒரு மனநோய் விடுதியில் அடைத்து உனக்கும் ஐம்பத்தோரு மின்னதிர்ச்சி கொடுப்பதுதான் நியாயமான தண்டனையாக இருக்க முடியும். அதுதான் ஆதி காலத்து நீதி பரிபாலனம். ஆனால் இதுவோ ஒரு நாடகம். நாடகத்தில் நான் என்ன செய்து விட முடியும்? அதுவும் இயக்குனரை மீறி இதையெல்லாம் செய்து கொண்டிருக்கிறேன். இந்த அளவுக்குத்தான் முடியும். இல்லாவிட்டால் தணிக்கைப் பிரச்சினை வேறு வந்து விடும். அது தவிர மனித உரிமைக் கழகம் வேறு இருக்கிறது!

ஆகவே நண்பர்களே! ஒரு கலைஞனை வைத்து மகா கொடூரமாகச் சித்ரவதை செய்து, பரிசோதனை செய்து பார்த்த ஃபெர்தியர் என்ற இந்த அயோக்கியனுக்கு மன்னிப்பே இல்லை. இவனுக்கு மரண தண்டனைதான் இருப்பதிலேயே குறைந்த பட்ச தண்டனை. *(சரேலென்று ஃபெர்தியரின் பக்கம் திரும்பி)* நீ எப்படிச் சாக வேண்டும் என்ற முடிவை உன்னிடமே தந்து விடுகிறேன். ஹராகிரி செய்து சாகிறாயா? அப்படிச் செத்தால் பார்வையாளர்கள் கொடுத்த காசுக்குக் கொஞ்சம் கேளிக்கையாவது கிடைக்கும். குரூரத்தைக் காட்சியாகக்

காண்பதென்பது எப்பேர்ப்பட்ட கேளிக்கை! குறைந்த பட்சம் சாகும்போதாவது *(பார்வையாளர்களின் பக்கம் வட்டமாகக் கையை அலைந்து)* இவர்கள் எல்லோருக்கும் ஒரு நன்மையைச் செய்து விட்டுப் போவாய். இல்லையென்றால் உன்னை என் கையாலேயே குத்திக் கொல்ல வேண்டியதுதான். அதில் காட்சி ரூபமாகக் கொண்டாடக் கூடியது எதுவும் இருக்காது. எது உன் விருப்பம்?

ஃபெர்தியர்: என் உயிரை வைத்து விளையாடுகிறீர்களா மிஸ்ஸே ஜோக்கர்? வாய்க்கு வந்தபடியெல்லாம் உளறுகிறீர்களே, இது என்ன ஜப்பானிய நாடகமா நான் ஹராகிரி செய்து கொள்வதற்கு? நீர் குரஸவா படங்களைப் பார்த்திருக்கிறீர் என்பதை இப்படித்தான் டம்பம் அடித்துக் கொள்ள வேண்டுமா? இந்த நாடகத்தில் என்னைக் கொல்வது என்று முடிவு செய்து விட்டீர்... எப்படியாவது கொன்று தொலையும்.

(மனநிலை பாதிக்கப்பட்டவர் போல் விக்கி விக்கி அழுகிறார் ஃபெர்தியர்)

கோமாளி: எங்கே என் உதவியாளர்கள்?

நான்கு பேர் மேடைக்கு ஓடி வருவதைப் பார்த்து மேடையில் ஒளிந்து கொள்ளப் பார்க்கிறார் ஃபெர்தியர். அவரை அமுக்கிக் கொண்டு வருகிறார்கள் உதவியாளர்கள். ஃபெர்தியர் திமிறுகிறார். நான்கு பேரும் மல்லுக்கட்டி ஃபெர்தியரைப் பிடித்துக் கொள்ள, கோமாளி அவர் கழுத்தில் கத்தியால் குத்திக் கொல்கிறான். ஃபெர்தியர் பன்றிகளைக் கொல்லும் போது கத்துவது போல் கத்திக் கொண்டே தரையில் விழுகிறார். உடல் விலுக் விலுக் என்று இழுத்துக் கொண்டு சிறிது நேரத்தில் அடங்குகிறது.

அதுவரை கோமா நிலையில் இருந்த ஆர்த்தோ ஃபெர்தியரின் அலறலில் பிரக்ஞை திரும்பி எழுந்து நிற்கிறார். கத்தியால் குத்தப்பட்டு தரையில் விழுந்து கிடக்கும் ஃபெர்தியரையும், அவர் அருகில் வழிந்து ஓடும் ரத்தத்தையும் பார்த்து, தன் வெறுப்பையும் அசூயையும் பலவிதமான முகபாவங்களில் காண்பிக்கிறார்.

ஆர்த்தோ: *சமூக அமைப்பின் வன்முறையை இப்படிப்பட்ட தனிமனித வன்முறைகளால் அழித்து விட முடியாது என்று நான் எத்தனை முறை சொல்வது? அதனால்தான் இந்தக் கோமாளியை நாடகத்திலிருந்து அப்புறப்படுத்துங்கள் என்று முன்பே சொன்னேன். என்னுடைய யுத்தம் தனிமனிதர்களுக்கு எதிரானது அல்ல. மனிதனின் சிருஷ்டியே குறைபாடு உள்ளதாக இருக்கிறது. அதைச் சரி செய்ய வேண்டுமானால் பிரபஞ்ச இயக்கத்தை மாற்ற வேண்டும். அதற்காக எனக்குப் பல மில்லியன் யூரோக்கள் தேவைப்படுகிறது. என்னுடைய புத்தகம் காலிமாரில் ஐந்து லட்சம் பிரதிகள் விற்றிருப்பதாகக் கேள்விப்படுகிறேன். அந்தப் பணத்தை வாங்கி அதிலிருந்துதான் கிளர்ச்சியை ஆரம்பிக்க வேண்டும்.*

சொல்லி விட்டு நான்கு கால்களில் தவழ்ந்து மேடையை விட்டு வெளியேறுகிறார்.

அப்போது அவரை வழிமறிப்பது போல் சென்று பேசுகிறான் எழுத்தாளன்.

எழுத்தாளன்: *மிஸ்ஸே ஆ(ஹ்)ர்த்தோ. குறுக்கிடுவதற்கு மன்னிக்கவும். நான் ஃப்ரான்ஸ் பற்றி உலகின் கலாச்சாரத் தொட்டில், அப்படி, இப்படியென்று என்னென்னவோ நினைத்துக் கொண்டிருந்தேன். கடைசியில் பார்த்தால் உங்களையே மனநோய் விடுதியில் அடைத்து விட்டார்கள். அதுவும் ஒன்பது ஆண்டுகள். உங்களை அடைத்துப் போட்ட ஐந்து மனநோய் விடுதிகளும் - கடைசியாகப் போட்ட ரோதேஸ் உட்பட - எல்லாமே வதைமுகாம்கள். உங்களைத் தனிமைச் சிறையில் போட்டார்கள். கொடூரமான வன்முறையில் ஈடுபடும் முழுப் பைத்தியங்களோடு அடைத்து வைத்தார்கள். முடவர்களோடும் கடும் குற்றவாளிகளோடும் போட்டார்கள்.*

கோமாளி சரியாகத்தான் சொன்னான், உங்களை அடைத்த மனநோய் விடுதிகளெல்லாம் நாஜி சித்ரவதைக் கூடங்களுக்கு ஒப்பானவை என்று. என் நாடகப் பிரதியில் நான் ஃபெர்தியரைக் கொல்லவில்லை. ஆனால் இயக்குனர் நயநதினி பெர்தியரை கோமாளியை வைத்துக் கொன்று விட்டாள். நீங்கள்தானே

சொல்வீர்கள், நாடகம் என்பது அதை எழுதிய ஆசிரியனை விட இயக்குனருக்கானதுதான் என்று. அதை வைத்து நாடகத்தில் ஒரு கொலையைக் கொண்டு வந்து விட்டாள் இயக்குனர்.

உங்களுக்கு நடந்த கொடுமைகளைப் பார்க்கும்போது நான் வாழும் தமிழ்நாடு பரவாயில்லை என்றே தோன்றுகிறது. நானும் என்னென்னவோ பேசியிருக்கிறேன், எழுதியிருக்கிறேன், சண்டை போட்டிருக்கிறேன், நீங்கள் கத்துவது போலவே கத்தியிருக்கிறேன். நீங்கள் உங்களுடைய எழுத்தாலும், அவ்வப்போது உங்கள் பேனாக் கத்தியாலும், உங்கள் கையிலிருந்த மந்திரக் கோலாலும், உங்கள் குரலாலும், உங்கள் ஓவியங்களாலும் சமூகத்தை எதிர்த்துக் கிளர்ச்சி செய்தீர்கள். எனக்கோ எழுத்தும் பேச்சும் மட்டும்தான். ஆனால் தமிழ்நாட்டில் என்னை எதுவுமே செய்யவில்லை.

அயர்லாந்தில் நீங்கள் அப்படி என்ன செய்து விட்டீர்கள்? உங்கள் மந்திரக் கோலை தேவாலயத்தில் கொடுத்து விடச் சென்றீர்கள். அங்கே ஒரு தகராறு. தமிழ்நாட்டில் இப்படி நடந்திருந்தால் அதிக பட்சம் ஒரு ராத்திரி ‘உள்ளே’ வைத்திருந்து விட்டு காலையில் விட்டு விடுவார்கள். அதுவே போலீஸை கொஞ்சம் ‘கவனித்து’ விட்டால் ராத்திரியே அனுப்பி விடுவார்கள். உங்கள் தேசத்தில் லஞ்சம் கிடையாது போல் இருக்கிறது. அது சரி, போக்குவரத்து விதிகளை மதிக்காமல் போனதற்கே சுடுகிறது உங்கள் போலீஸ். அடிதடி கேஸ் என்றால் விடுவார்களா? ஆனால் மிஸ்ஸே ஆ(ஹ்)ர்த்தோ, உங்களை வெறும் அடிதடி கேஸினால் மட்டுமே பைத்தியக்கார ஆஸ்பத்தரிக்கு அனுப்பவில்லை அல்லவா? உங்கள் கருத்துக்கள்தான் உங்களை மனநோய் விடுதிகளுக்கு அனுப்பியது. ஐரோப்பியர்களுக்கு இமயமலையின் யோகிகளைப் பற்றியும், இரும்பைத் தங்கமாக்கும் ரஸவாதம் பற்றியும், வெறும் வார்த்தைகளாலேயே - அவை மந்திர உச்சாடனங்கள் என்பதை நீங்கள் அறிவீர்கள் - பாம்புக் கடியிலிருந்து உயிர் பிழைக்க வைப்பது பற்றியும், வெறும் மூச்சுப் பயிற்சியினாலேயே உடலை விட்டுப் பிரிந்து போய் மீண்டும் அந்த உடலில் வந்து புகுந்து கொள்ளும் சித்துக்கள் பற்றியும் என்ன தெரியும்? ஐரோப்பியர்களைப்

பொருத்தவரை சிவந்ததெல்லாம் வைன் என்று நினைக்கும் நிரட்சர குட்சிகள். அவர்களுடைய மொக்கை அறிவியலை வைத்துக் கொண்டு உங்கள் எழுத்தை அவர்களால் புரிந்து கொள்ள முடியவில்லை. நீங்கள் ஒரு யோகி. ஒரு ஞானி. ஒரு சித்தர். இதெல்லாம் அவர்களுக்குத் தெரியுமா என்ன? அதனால்தான் லக்கான் உங்களைப் பற்றி "இன்னும் ஆர்த்தோ எண்பது ஆண்டுகள் வாழ்வார், ஆனால் அவரால் இனிமேல் ஒரு வாக்கியத்தைக் கூட எழுத முடியாது. குணப்படுத்தவே முடியாத நிலையில் இருக்கிறது ஆர்த்தோவின் மனப்பிறழ்வு" என்று சான்றிதழ் கொடுத்து உங்களை பைத்தியக்கார ஆஸ்பத்திரிக்கு அனுப்பினார். ஆனால் நீங்களோ ஐம்பது ஆண்டுகள் கூட வாழவில்லை. அதே சமயம் உங்களுடைய முக்கியமான படைப்புகளையெல்லாம் நீங்கள் மனநோய் வதைமுகாம்களில் இருந்தபோதுதான் எழுதினீர்கள். அங்கே அடைக்கப்படுவதற்கு முன்பு எவ்வளவு எழுதினீர்களோ அதை விட அதிகமாக எழுதிக் குவித்தீர்கள். ஆனால் உங்களை மனநோயாளி என்றும், இனிமேல் எழுதவே மாட்டார் என்றும் சான்றிதழ் அளித்தவர் உலகமெல்லாம் பிரபலமாகியிருந்த ஒரு மனோதத்துவவாதி! அமைப்பியல்வாத சிந்தனையாளர்! அவரே இப்படி என்றால், உங்கள் தேசத்தின் சராசரி மனிதனைப் பற்றி நினைக்கவே பயமாக இருக்கிறது மிஸ்ஸே ஆர்த்தோ.

நீங்கள் வாழ்ந்த ஃப்ரான்ஸும், உங்களுடைய சக கலைஞர்களும் எல்லோருமாகச் சேர்ந்து தொடர்ச்சியாக உங்களை சூத்தடித்துக் கொண்டே இருந்தார்கள். பதிலுக்கு நீங்கள் உங்களிடம் இருந்த ஒரே ஆயுதமான உங்கள் உடலால் அந்த ஒட்டு மொத்த சமூகத்தையும் நிர்மூலமாக்க முயற்சித்தீர்கள். பெரிய கிளர்ச்சிதான். ஆனாலும் ஃப்ரான்ஸ் உங்களைப் பார்த்து நடுங்கியது என்றே சொல்வேன். அதனால்தான் அந்த தேசம் உங்களை அவமதித்துக் கொண்டே இருந்தது. கடைசியில் உங்களைப் பைத்தியக்கார விடுதியில் போட்டு தன்னைத் தற்காத்துக் கொள்ள நினைத்தது. உண்மையில் அது ஃப்ரான்ஸின் தோல்வி என்றே சொல்வேன்.

என்னுடைய தேசத்தில் எனக்கு நடந்த கதை வேறு மாதிரி. இங்கே என்னுடைய சக மனிதர்கள் - மொத்தம் எட்டரை கோடி பேர் - அவர்கள் அத்தனை பேரும் சினிமாவின் ரசிகர்கள். நடிகர்களுக்கு சங்கம் வைத்திருப்பவர்கள். நடிகர்களின் பிறந்த நாள் அன்று கோவிலுக்குப் போய் மொட்டை அடித்துக் கொள்பவர்கள். ஒரு ரசிகர் தன் நடிகன் மீதான அபிமானத்தால் தன் நாக்கையே அறுத்துக் கொடுத்தார். எப்போதடா உங்கள் குஞ்சை அறுத்துக் கொடுக்கப் போகிறீர்கள் என்று நான் கேட்டதற்கு நடிகரின் ரசிகர்கள் எல்லாம் சேர்ந்து என்னை செத்துப் போ செத்துப் போ என்று சாபம் விட்டார்கள். அவ்வளவுதான் நடக்குமே தவிர என்னை யாரும் பைத்தியக்கார ஆஸ்பத்தரியில் அடைக்கவில்லை. எங்கள் நாட்டில் எவனுடைய பேச்சைக் கேட்க விரும்பவில்லையோ அவனை மனநோயாளி என்று சொல்லி சமூகத்திலிருந்து ஒதுக்கி வைக்க மாட்டார்கள். அவர்கள் அந்த மனநோயாளியை விட்டு ஒதுங்கிப் போய் விடுவார்கள். துஷ்டனைக் கண்டால் தூர விலகு என்று அதற்கு ஒரு பழமொழியும் வைத்திருக்கிறார்கள்.

அதனால் ஐரோப்பாவை விட சினிமா நடிகர்களின் காலை நக்கிக் கொண்டிருக்கும் எங்கள் ஃபிலிஸ்டைன் கூட்டமே பரவாயில்லை என்று தோன்றுகிறது.

சரியாகத்தான் சொன்னீர்கள் மிஸ்ஸே ஆ(ஹ்)ர்த்தோ, டாக்டர் எல். ஒரு தேவடியாள் மகன் என்று. முழுப் பெயரையும் நீங்கள் சொல்லாவிட்டாலும் எனக்கும் மற்றவர்களுக்கும் அது யார் என்று புரிந்து விட்டது. ஆனால் அவரைத் தேவடியாள் மகன் என்று திட்டியதை விட *Erotomania* மனநோயினால் பாதிக்கப்பட்டவர் என்று சொன்னதைத்தான் நாங்கள் மிகவும் ரசித்தோம்.

இன்னொரு சம்பவத்தையும் ஞாபகப்படுத்துகிறேன் மிஸ்ஸே ஆ(ஹ்)ர்த்தோ. உங்களை ரோதேஸ் மனநோய் விடுதியிலிருந்து உங்கள் நண்பர்கள் பாரிஸுக்கு அழைத்து வந்து விட்டார்கள். ஆனால் யாரிடமும் உங்களைப் பராமரிப்பதற்கான பணம் இல்லை. உங்கள் நாடகத்தையும் கவிதைகளையும் வைத்து

உங்கள் நலவாழ்வு நிதி திரட்டுவதற்கான ஒரு நிகழ்ச்சியை நடத்துகிறார்கள். ஓவியர்கள் தங்கள் ஓவியங்களைத் தருகிறார்கள். எல்லாம் ஏலம் விடப்படுகிறது. ஏலத்தில் பத்து லட்சம் ஃப்ராங்க் வசூலாகிறது. ஃப்ரான்ஸின் பிரபலங்கள் பலரும் மேடையிலே உங்கள் கவிதைகளை வாசிக்கிறார்கள். உங்கள் காதலி - அந்த வார்த்தைக்காக என்னை மன்னியுங்கள், நான் ஒரு இந்தியன், என்னால் உங்களைப் போல் Daughter of the Heart என்றெல்லாம் சொல்ல இயலாது - காலத் உங்கள் நாடகத்தை வாசிக்கிறாள். திடீரென்று மின்சாரம் நின்று விடுகிறது. ஆனாலும் காலத் விடாமல் வாசிக்கிறாள். அவள் உங்களுடைய இதயம். அவள் உங்களுடைய மறு பாதி. அவளுக்கு உங்கள் பிரதி முழுவதும் மனப்பாடமாக இருந்திருக்கிறது. ஆனால் இத்தனையும் நடக்கும்போது உங்களால் அந்த அரங்கத்தின் உள்ளே நுழைய முடியவில்லை. காரணம், உங்கள் கால்களில் சப்பாத்து இல்லை. கோட்டும் சட்டையும் கிழிந்திருக்கிறது. காவலாளி உங்களை உள்ளே விடவில்லை. Shame on France. Shame on France. அதனால்தான் பின்னாளில் ஜான் ஜெனே 'என் பிணம் கூட நான் பிறந்த மண்ணில் புதைக்கப்படக் கூடாது' என்று சொன்னாரோ? ஸாரி மிஸ்ஸே ஆ(ஹ்)ர்த்தோ, ஜெனேயின் பெயரைச் சொன்னதற்காக மன்னித்துக் கொள்ளுங்கள்.

இன்னொரு விஷயம் தெரியுமா தங்களுக்கு? நீங்கள் உயிரோடு இருந்த போது உங்களை மனநோய் விடுதியில் அடைத்த ஃப்ரான்ஸ் இப்போது உங்களை மியூஸியத்தில் வைத்திருக்கிறது, காட்சிப் பொருளாக! Vive la France!

ஆனால் ஃப்ரான்ஸ் உங்களை மியூஸியத்தில் வைத்திருந்தாலும் உங்களுடைய கோட்பாடுகள்தான் சர்வதேச அளவில் இன்றைய இசை, நாடகம், சினிமா, விஷுவல் ஆர்ட்ஸ் எல்லாவற்றிலும் ஆதிக்கம் செலுத்துகிறது. அந்த வகையில் நீங்கள் சொன்னது போல் உங்களுக்கு மரணம் இல்லைதான். மிஸ்ஸே ஆ(ஹ்)ர்த்தோவுக்கு என் வந்தனம்.

(வலது கையை நெற்றியருகே கொண்டு போய் சல்யூட் செய்கிறான் எழுத்தாளன்)

எல்லாவற்றையும் கேட்டுக் கொண்டிருந்த ஆர்த்தோ பேயைப் போல் அலறுகிறார். அலறி விட்டு முழுப் பைத்தியத்தைப் போல் சிரிக்கிறார். பிறகு நாலு காலில் நடந்து வெளியேறுகிறார்.

இருள் சூழ்கிறது. ஒரே ஒரு இடத்தில் வெளிச்சம் பரவ அங்கே ஃபெர்தியரின் பிரேதம் கிடக்கிறது. பிரேதத்தைச் சுற்றிலும் ரத்தம். அந்த ரத்தத்தில் புரண்டபடி நயநதினியும் எழுத்தாளனும் சர்ப்பங்களைப் போல் கலவி கொள்வது நிழல் ரூபமாகத் தெரிகிறது.

அங்கம் 5

காட்சி 1

அரங்கின் நடுவே விறகுகள் எரிகின்றன. அரங்கைச் சுற்றிலும் வட்ட வடிவத்தில் அமர்ந்திருக்கும் மனிதர்கள் தங்கள் கைகளில் விளக்குகளைப் பிடித்திருக்கிறார்கள். அவர்கள் கோவணத்தைத் தவிர வேறு எந்த ஆடையும் அணிந்திருக்கவில்லை. கருத்த மனிதர்களான அவர்களின் உடம்பு முழுவதும் வெண்புள்ளிகள் வரைந்திருக்கிறார்கள். கோவணத்தின் ஒரு விளிம்பு முன்பகுதியில் தொங்குகிறது. பெண்களும் அதே போல் ஆடையணிந்திருக்கிறார்கள். அனைவரின் முகத்திலும் பட்டையான கருப்பு நிற முகமூடிகள்.

அரங்கின் முன்பகுதியில் ஆர்த்தோ தன்னை மறந்த நிலையில் நிற்கிறார். மயக்க நிலையில் இருந்து பேசுவது போல் பேசுகிறார். ஏதோ ஓர் அற்புதத்தைக் கண்டது போன்ற ஆச்சரியமும் பரவசமும் குரலில் பொங்குகிறது. ஆனால் வசியத்துக்குக் கட்டுப்பட்டவனைப் போன்ற உடல் அசைவுகள் மிக மெதுவான நடன அசைவுகளை ஒத்திருக்கின்றன. கண்ணுக்குப் புலப்படாத யாரோ ஒருவருடன் பேசுவதான பாவனை.

ஆர்த்தோ: குரூர அரங்கம் என்பது இப்படிப்பட்ட கொலைகளோ அல்லது குருதியில் கலவி கொள்வதோ அல்ல. இதெல்லாம் சினிமாவிலிருந்து நகலெடுக்கப்பட்டது. இங்கே ஓடுவது நிஜமான ரத்தம் இல்லைதானே? சிவப்பு சாயத்தைத்தானே ஓட விட்டிருக்கிறீர்கள்? என்னுடைய குரூர அரங்கில் நிஜமான ரத்தம் ஓடும். ஏனென்றால், ஒரு நாடகத்தை எழுதி முடித்த பிறகு நான் ரத்த வெள்ளத்தில் கிடந்தேன். நாடகத்தை எழுதும்போது என் நாபியின் வழியே குடல் தெறித்து விழுவதைக் கண்டேன். அதனால்தான் என் அலறலைக் கேட்டவர்கள் தங்கள் சரீரத்திலே தீராத வடுக்களுடன் சென்றார்கள்.

இப்போது நீங்கள் படிக்கும் என் நாடகங்கள், என் கவிதைகள் ஆகியவற்றிலெல்லாம் பார்ப்பது வெறும் எழுத்துக்கள். ஆனால் அந்த எழுத்துக்களின் இடையே நான் அழுதேன், அலறினேன், கதறினேன், ஊளையிட்டேன். ஏனென்றால், நான் மரணத்தின் விளிம்பில் அமர்ந்து கொண்டே எழுதினேன். மரணத்துடனேயே வாழ்ந்தேன். மரணத்திலேயே மூழ்கிக் கிடந்தேன். மரணம் எப்படி இருக்கும் - மரணத்தின் குரூரமான, அருவருக்கத்தக்க முகம் எப்படி இருக்கும் - என்று எனக்குத் தெரியும். இப்போதும் நான் ஒரு சுவாசிக்கும் பிரேதம். இந்தப் பிரேதத்தின் ஊளையும் கூச்சலும் காலவெளியில் காணாமல் போய் என் எழுத்து மட்டுமே உங்கள் கைகளில் கிடக்கிறது. இருந்தாலும் உங்கள் கைகளிலே கிடக்கும் என் எழுத்து ஒவ்வொன்றும் என் ரத்தத்தில் தோய்ந்தவை. உங்கள் புலன் உணர்வு கூர்மையாக இருந்தால் நீங்கள் என் எழுத்தைப் படிக்கும்போதே என் ரத்தத்தின் கவுச்சி வாடை உங்கள் நாசியைத் துளைக்கும். என் கதறல் உங்கள் செவிச் சவ்வுகளைக் கிழிக்கும்.

அப்படி ரத்தமும் சதையுமான ஒரு சிருஷ்டியை உருவாக்க வேண்டுமானால் - இப்படித்தான் சாயத்தைக் கரைத்து ஊற்றுவீர்களா? *(உச்ச ஸ்தாயியில்)* பிரக்ஞைதான் நம் வாழ்வின் ஒவ்வொரு செயலுக்கும் குருதியின் வண்ணத்தைக் கொடுக்க வேண்டும்.

அந்தப் பிரக்ஞை உங்கள் அலறலின் வழியாகப் பீறிட்டு

எழுந்து பார்வையாளர்களின் நாடி நரம்புகளைத் துடிதுடிக்கச் செய்ய வேண்டும். அவர்களின் மஜ்ஜைக்குள் புகுந்து புறப்பட வேண்டும். அவர்களை அதுவரை இல்லாத வேறு மனிதர்களாக உருமாற்றம் செய்ய வேண்டும். காட்சிகள் ஒவ்வொன்றும் பார்வையாளர்களைத் தீப்பற்றி எரியும் கானகத்தில் தூக்கிப் போட வேண்டும். அந்தத் தீயிலிருந்து அவர்கள் எழுந்து வர வேண்டும். அப்படி எழுந்து வரும் ஒவ்வொரு பார்வையாளர் வைக்கும் ஒவ்வொரு அடியிலும் தான் கொண்டு வந்த நெருப்பின் சுவட்டைப் பதித்துக் கொண்டே செல்கிறார். அந்தக் காலடிச் சுவடுகளும் பற்றி எரிகின்றன. இந்தத் தீயெல்லாம் சேர்ந்து சூரியனை விழுங்குகிறது. இருள் பரவுகிறது.

Cosmic music.

மிக லேசாக ஒளி பரவுகிறது.

ஆர்த்தோ: எல்லாமே கனவு. கனவையே எரித்துத் தின்று கொண்டிருக்கும் ஊழித்தீயின் கனவு...மரணம்...கனவு... நெருப்பு... குருதி... எல்லாமே படிமங்கள்...

ரத்தத்தை உறைய வைப்பது போல் கத்துகிறார் ஆர்த்தோ.

அந்த ஊழித்தீயின் கனவை - படிமங்களின் பேரொளியை - நானொரு நாடகத்திலே கண்டேன். சியர்ரா தாராஉமாரா மலைத்தொடரில் நொரொகாச்சி கிராமத்தில் நான் கண்ட சிகுரி சடங்கு ஒரு நாடகம். மொழிக்கும் மொழியின் இலக்கணத்துக்கும் அப்பாற்பட்ட சப்தங்களால் ஆன நாடகம். அதிலிருந்துதான் நான் மொழியைத் துறந்து விட்டு சரீரத்தின் மொழியில் கவனம் செலுத்த ஆரம்பித்தேன்.

சிகுரி என்ற பெயரைச் சொன்னாலே சிவப்பிந்தியர்கள் நடுங்குகிறார்கள். பயமும் மரியாதையும் புனித உணர்வுமாகப் பரவசம் கொள்கிறார்கள். அந்தப் பரவசத்தை, அந்த பக்தியை ஐரோப்பியர்கள் இழந்து விட்டார்கள். இயற்கையைத் தொழுதால் அது உங்களோடு பேசும். சியர்ரா தாராஉமாரா என்னோடு பேசியது. எத்தனையோ செய்திகளைச் சொன்னது. சிகுரி சடங்கின்போது சிவப்பிந்தியர்கள் கொடுத்த பெயோத்தே

பானத்தைக் குடித்த போது நான் பிரபஞ்சத்தில் ஒரு துகளாக மிதப்பதை என் கண்களால் கண்டேன். பெயோத்தா என்றால் என்ன? சியர்ரா தாராஉமாராவின் கருப்புச் சூரியனிலிருந்து உதிர்ந்த செங்குருதியின் மாய அற்புதம். இதைத்தான் நான் குருதியினால் சிவந்த மண் என்றேன். ஒரு மனிதனின் கழுத்தைக் குத்தி நிலத்தில் விழும் ரத்தத்தை அல்ல.

இப்போதெல்லாம் சியர்ரா தாராஉமாராவுக்குச் செல்லும் அமெரிக்க சுற்றுலாப் பயணிகள் பெயோத்தேவை ஏதோ எல்லெஸ்டி போல் நினைக்கிறார்கள்... *(காற்றில் எதையோ பிடிக்க முயல்வது போல் கைகளை அசைக்கிறார்.)* ஆன்மாவை இழந்து விட்டவர்களுக்கு பெயோத்தே அப்படித்தான் தெரியும். ஆனால் இயற்கையின் சங்கேதங்களுக்கு உங்கள் சாளரங்களைத் திறந்தால் அது உங்களை காலமும் வெளியுமற்ற பிரபஞ்சத்தின் ஆதி ரகசியங்களை தரிசிக்கத் தந்து விடும். உபநிஷத்துக்களும், வேதங்களும், பொப்போல் வூவும் எதை உங்களுக்குக் காண்பிக்க நினைத்தனவோ அதை பெயோத்தே உங்களுக்கு தரிசனம் செய்யும். ஆம், அது தரிசனம். சாதாரண தரிசனம் அல்ல. விஸ்வரூப தரிசனம். பிரபஞ்சத்தின் ஆதி சக்தி தன் ரகசியங்கள் எல்லாவற்றையும் ஒரே சமயத்தில் உங்கள் முன் நிறுத்தும் தரிசனம். பெயோத்தே அந்த தரிசனத்தின் திறவுகோல்.

கனவு கலைவது போல் தீ அடங்குகிறது.

இருள்.

Sources:
1. Performing Artaud in Ireland: Brian Singleton
2. Antonin Artaud: Blows and Bombs – The Biography of Antonin Artaud: Stephen Barber
3. Artaud at Rodez: A Play by Charles Marowitz
4. My Life and Times with Antonin Artaud (French: En compagnie d'Antonin Artaud) 1993 French film, directed by Gerard Mordillat.
5. The True Story of Artaud the Momo – Directed by Gerard Mordillat, Jerome Prieur.
6. Antonin ARTAUD – Temoignages, 165 minute documentary film.
7. Collected works of Antonin Artaud : Four volumes.
8. Watchfiends & Rack Screams: Works From The Final Period By Antonin Artaud. Edited and translated by Clayton Eshleman with Bernard Bador

ஆர்த்தோ வானொலிக்காக எழுதி, அது ஒலிபரப்பாவதற்கு முதல் நாள் தடை செய்யப்பட்ட To have done with the judgement of god என்ற நாடகத்தைப் பின்வரும் இணைப்பில் கேட்கலாம். இதில் முதலில் வருவது ஆர்த்தோவின் குரல்.

https://www.openculture.com/2014/09/antonin-artauds-censored-never-aired-radio-play.html

அந்த நாடகத்தின் பிரதியைப் பின்வரும் இணைப்பில் வாசிக்கலாம்.

https://www.surrealism-plays.com/Artaud.html

சாரு நிவேதிதா

18.12.1953இல் திருவாரூர் மாவட்டத்தில் திருத்துறைப்பூண்டிக்கு அருகில் உள்ள இடும்பாவனம் என்ற ஊரில் பிறந்தார். வளர்ந்ததும் பள்ளிப் படிப்பும் நாகூரில். கல்லூரிப் படிப்பு காரைக்கால், தஞ்சாவூர், திருச்சி. கல்லூரிப் படிப்பை முடிக்கவில்லை. சென்னையில் ஒரு ஆண்டு சிறைத்துறையில் எழுத்தர் பணி. 1978இலிருந்து 1990 வரை தில்லி நிர்வாகம் - சிவில் சப்ளைஸ் துறையில் ஸ்டெனோ. பின்னர் பன்னிரண்டு ஆண்டுகள் தமிழ்நாடு அஞ்சல் துறையில் பணி. 2002இலிருந்து முழுநேர எழுத்து.

இகனாமிக் டைம்ஸ் நாளிதழின் அகில இந்தியப் பதிப்பில், 2001 - 2010 என்ற பத்தாண்டுகளின் சாதனையாளர் பட்டியலில் தமிழகத்திலிருந்து இடம் பெற்ற இரண்டு பேர்களில் ஒருவர் சாரு நிவேதிதா.

இவரது நாவல் 'ஸீரோ டிகிரி' Jan Michalski சர்வதேசப் பரிசுக்குப் பரிந்துரைக்கப்பட்டது. ஹார்ப்பர் காலின்ஸ் தொகுத்த, இந்தியாவின் ஐம்பது முக்கிய புத்தகங்களில் ஒன்றாகவும் தேர்ந்தெடுக்கப்பட்டது.

ஆங்கிலப் பத்திரிகைகளில் இவர் எழுதும் கட்டுரைகள் சர்வதேச அளவில் கவனம் பெற்றவை. லண்டனிலிருந்து வெளியாகும் PS Publication-இன் Exotic Gothic தொகுதியில் இவரது Diabolically Yours என்ற பேய்க்கதை ஆங்கிலத்தில் வெளியாகி உள்ளது. தற்சமயம் லண்டனிலிருந்து வெளிவரும் ArtReview Asia என்ற பத்திரிகையில் தொடர் கட்டுரை எழுதி வருகிறார்.

இவரது எழுத்தை ஆங்கில விமர்சகர்கள் விளதிமீர் நபக்கோவ், வில்லியம் பர்ரோஸ், கேத்தி ஆக்கர் போன்ற எழுத்தாளர்களோடு ஒப்பிடுகிறார்கள். உலகின் முக்கியமான transgressive வகை எழுத்தாளர்களில் ஒருவராகக் கருதப்படுகிறார் சாரு நிவேதிதா. தற்போது சென்னையில் வசிக்கிறார்.

ஆசிரியரின் பிற நூல்கள்

நாவல்

1. எக்ஸிஸ்டென்ஷியலிஸமும் ஃபேன்சி பனியனும்
2. ஸீரோ டிகிரி
3. ராஸ லீலா
4. காமரூப கதைகள்
5. தேகம்
6. எக்ஸைல்
7. நான்தான் ஔரங்ஸேப்...
8. அன்பு: ஒரு பின்நவீனத்துவவாதியின் மறுசீராய்வு மனு

ஆங்கிலத்தில் கிடைக்கும் நூல்கள்

1. Zero Degree - Novel
2. Marginal Man - Novel
3. Morgue Keeper - Selected Short Stories
4. Unfaithfully Yours - Collection of Articles
5. Towards a Third Cinema
6. To Byzantium: A Turkey Travelogue

சிறுகதைத் தொகுப்பு

1. கர்னாடக முரசும் நவீன தமிழ் இலக்கியத்தின் மீதான ஓர் அமைப்பியல் ஆய்வும்
2. நேநோ
3. மதுமிதா சொன்ன பாம்பு கதைகள்
4. ஷேக்ஸ்பியரின் மின்னஞ்சல் முகவரி
5. ஊரின் மிக அழகான பெண் (மொழி பெயர்ப்புச் சிறுகதைகள்)
6. முத்துக்கள் பத்து (தேர்ந்தெடுத்த சிறுகதைகள்)
7. Diabolically Yours - Exotic Gothic Vol-2 இல் வெளிவந்த சிறுகதை

நாடகம்

ரெண்டாம் ஆட்டம்

கட்டுரைத் தொகுப்பு

1. கோணல் பக்கங்கள் - பாகம் 1
2. கோணல் பக்கங்கள் - பாகம் 2
3. கோணல் பக்கங்கள் - பாகம் 3
4. கலகம் காதல் இசை
5. வாழ்வது எப்படி?
6. எனக்குக் குழந்தைகளைப் பிடிக்காது
7. தீராக் காதலி
8. கனவுகளின் மொழிபெயர்ப்பாளன்
9. கடவுளும் நானும்

10. மூடுபனிச் சாலை
11. ஆஸாதி... ஆஸாதி... ஆஸாதி...
12. தப்புத் தாளங்கள்
13. வரம்பு மீறிய பிரதிகள்
14. தாந்தேயின் சிறுத்தை
15. கடவுளும் சைத்தானும்
16. கலையும் காமமும்
17. மலாவி என்றொரு தேசம்
18. கெட்ட வார்த்தை
19. மனம் கொத்திப் பறவை
20. எங்கே உன் கடவுள்?
21. கடைசிப் பக்கங்கள்
22. பழுப்பு நிறப் பக்கங்கள் (பாகம் - 1)
23. பழுப்பு நிறப் பக்கங்கள் (பாகம் - 2)
24. பழுப்பு நிறப் பக்கங்கள் (பாகம் - 3)
25. சரசம் சல்லாபம் சாமியார்
26. வேற்றுலகவாசியின் டயரிக் குறிப்புகள்
27. நிலவு தேயாத தேசம்
28. மழையா பெய்கிறது?
29. மெதூஸாவின் மதுக்கோப்பை
30. நாடோடியின் நாட்குறிப்புகள்
31. கனவு, கேப்பச்சினோ, கொஞ்சம் சாட்டிங்... - தொகுதி - 2
32. திசை அறியும் பறவைகள்
33. வரம்
34. அ-காலம்
35. பூச்சி தொகுதி - 1
36. பூச்சி தொகுதி - 2

சினிமா

1. லத்தீன் அமெரிக்க சினிமா - ஓர் அறிமுகம்
2. சினிமா: அலைந்து திரிபவனின் அழகியல்
3. சினிமா சினிமா
4. நரகத்திலிருந்து ஒரு குரல்
5. கனவுகளின் நடனம்
6. ஒளியின் பெருஞ்சலனம்

கேள்வி - பதில்

1. அருகில் வராதே
2. அறம் பொருள் இன்பம்

நேர்காணல்

1. ஒழுங்கின்மையின் வெறியாட்டம்
2. இச்சைகளின் இருள்வெளி (நளினி ஜமீலாவுடன் ஒரு உரையாடல்)

இணையதளம்

www.charuonline.com
www.charunivedita.com